ആകാശ ദീപങ്ങളുടെ സാക്ഷി
ഗലീലിയോ ഗലീലി

INSIGHT PUBLICA®

Nadakkavu, Kozhikode, Kerala
Tel:0495–4020666
www.insightpublica.com
e-mail: insightpublica@gmail.com

Aakasadheepangalude Sakshi
Galileo Galilei
CM Rajan
(Malayalam)
First Edition: February 2024

ISBN 978-93-5517-600-4
Printed and Published by
Insightinpublica Printers & Publishers Pvt. Ltd.

ലഘു ജീവചരിത്രം

ആകാശ ദീപങ്ങളുടെ സാക്ഷി
ഗലീലിയോ ഗലീലി

സി. എം. രാജൻ

INSIGHT PUBLICA®

ജനനം: മെയ്, 1961, സ്ഥലം: ചന്തേര, കാസർഗോഡ് ജില്ല. വിദ്യാഭ്യാസം: പൂന സർവ്വകലാശാലയിൽനിന്നും ആംഗലേയ സാഹിത്യത്തിൽ ബിരുദാനന്തര ബിരുദം. ഹൈദരാബാദിലെ അന്തർദേശീയ വിദ്യാഭ്യാസ സ്ഥാപനമായ വിസു ഇന്റർനാഷണലിൽ ഇംഗ്ലീഷ് പരിശീലകനായി പ്രവർത്തിക്കുന്നു. പ്രണയവും മൂലധനവും എന്ന കൃതിയുടെ പരിഭാഷയ്ക്ക് സാഹിത്യ അക്കാദമി അവാർഡ് ലഭിച്ചു.

മറ്റു കൃതികൾ: അസംബന്ധ പ്രബന്ധങ്ങൾ, ചന്തേര.

സാത്താന്റെ സുവിശേഷം, വിടവാങ്ങൽക്കുത്ത്, യേശുക്രൂശിതനാകുന്നു, പ്രണയവും മൂലധനവും, എലിനോർ മാർക്സ് (പരിഭാഷകൾ).

email: rajan.cm@gmail.com

സി. എം. രാജൻ

വിശ്വം പുതുക്കിവാർത്ത
വിസ്മയ മനീഷികൾ

നാളിതുവരെയുള്ള മനുഷ്യപുരോഗതിയുടെ മർമ്മസ്ഥാനം ശാസ്ത്രീയമായ അന്വേഷണങ്ങളും കണ്ടെത്തലുകളും അതിൻ ഫലമായുള്ള സാങ്കേതികവിദ്യയുടെ നിർമ്മിതിയുമാണെന്ന കാര്യത്തിൽ അധികം തർക്കങ്ങൾ ഉണ്ടാവാൻ സാധ്യതയില്ല. സാധാരണ പ്രകൃതി ജീവികളിൽ നിന്ന് മാനവിക ഭാവങ്ങളിലേയ്ക്ക് മനുഷ്യകുലത്തെ പരിവർത്തിപ്പിച്ചത് മനുഷ്യരുടെ അന്വേഷണങ്ങളും കണ്ടെത്തലുകളും തന്നെയാണ്. ഗുഹാജീവിതത്തിൽ നിന്നും കുതിച്ചുയർന്ന മനുഷ്യർ കൈയ്യെത്തിപ്പിടിച്ച നേട്ടങ്ങൾ ശാസ്ത്രജ്ഞാനം കൊളുത്തിവെച്ച വിജ്ഞാന വെളിച്ചമല്ലാതെ മറ്റെന്താണ്?

ശാസ്ത്രം കൊളുത്തിവെച്ച ജ്ഞാനത്തിന്റെ വെളിച്ചത്തെ ശാസ്ത്രജ്ഞരുടെ ജീവിതചിത്രണത്തിലൂടെ ആഖ്യാനം ചെയ്യുകയും ഓരോ ശാസ്ത്രജ്ഞരുടേയും ജീവിതത്തിന്റെ ഗതിവിഗതികളേയും കണ്ടെത്തലിനു പിന്നിലുള്ള കൗതുകകരമായ അനുഭവങ്ങളെയും ഈ പുസ്തകങ്ങൾ അനാവരണം ചെയ്യുന്നു.

പ്രതിഭാശാലികളായ ശാസ്ത്രജ്ഞരുടെ പ്രഭാപൂരമായ അന്വേഷണങ്ങളും കണ്ടെത്തലുകളും പുതുതലമുറകളിലേയ്ക്കു കൂടി പകരുക എന്ന ലക്ഷ്യത്തോടെയാണ് ഈ ഉദ്യമത്തിന് ഞങ്ങൾ തയ്യാറായത്.

ഈ പുസ്തകം തയ്യാറാക്കിയത് സി. എം. രാജൻ ആണ്. അദ്ദേഹത്തിന് നന്ദി. അന്ധവിശ്വാസങ്ങളുടെ മൂടുപടം പതുക്കെ പതുക്കെ നമ്മുടെ നവോത്ഥാന മൂല്യങ്ങൾക്കും പുരോഗമനാത്മക ചിന്തകൾക്കും മേലെ മറവിരിക്കുമ്പോൾ ഈ പുസ്തകം ശാസ്ത്ര വിജ്ഞാനത്തിന്റെ ഒരു കൈത്തിരിയായിരിക്കും എന്നു ഞങ്ങൾ പ്രതീക്ഷിക്കുന്നു.

സുമേഷ് ഇൻസൈറ്റ്

ലോകം - ഗലീലിയോവിന് മുമ്പ്

ബഹിരാകാശഗോളങ്ങളുടെ സഞ്ചാരം പഠിക്കുന്നവരെ നമ്മൾ ജ്യോതിർശാസ്ത്രജ്ഞന്മാർ - astronomers - എന്നാണ് വിളിക്കാറ്. സഹസ്രാബ്ദങ്ങൾക്കു മുമ്പു തന്നെ ഇത്തരം ശാസ്ത്രജ്ഞന്മാർ പല നാഗരികതകളിലും ഉണ്ടായിരുന്നു. ഇവരെല്ലാം ആകാശഗോളങ്ങളെ നിരീക്ഷിക്കുകയും, ആ നിരീക്ഷണങ്ങളുടെ അടിസ്ഥാനത്തിൽ കലണ്ടറുകൾ നിർമ്മിക്കുകയും ചെയ്തിരുന്നു. വിവിധ തരക്കാരായ ചിന്തകന്മാർ വിവിധ രീതികളിലുള്ള സിദ്ധാന്തങ്ങൾക്ക് രൂപം നൽകുകയുണ്ടായി. ഭൂഗോളം പരന്നതാണെന്നാണ് ഒരു ചിന്തകൻ സിദ്ധാന്തിച്ചത് - എന്നുവെച്ചാൽ, ഭൂമി ഗോളമല്ല, പരന്ന ഒരു പലകയാണെന്ന്. ഭൂമി സിലിണ്ടർ രൂപമുള്ളതാണെന്നാണ് മറ്റൊരു ചിന്തകൻ, ഒരു യവന ശാസ്ത്രജ്ഞൻ, പറഞ്ഞത് - അതായത്, നീണ്ടുരുണ്ടൊരു ഗോളസ്തംഭം. ഇനിയുമൊരാൾ, ഭൂമിയൊരു മുട്ടയാണെന്നു പറഞ്ഞു - അണ്ഡാകൃതിയിലുള്ള ഒരു സാധനം, ബ്രഹ്മാണ്ഡം. ബി. സി. അഞ്ഞൂറോടടുത്ത് ജീവിച്ചിരുന്ന ഒരു ശാസ്ത്രജ്ഞൻ, പൈതഗോറസ്, സൂര്യനാണ് ലോകത്തിന്റെ കേന്ദ്രം എന്നു വാദിച്ചു; ഭൂമി അതിനു ചുറ്റും കറങ്ങുകയാണെന്നും.

അരിസ്റ്റോട്ടിൽ എന്നൊരാളെക്കുറിച്ചു കേട്ടിരിക്കുമല്ലോ? ബി. സി. നാലാം നൂറ്റാണ്ടിൽ ജീവിച്ചിരുന്ന മഹാൻ. ഭൂമി

പൈതഗോറസ്

ഉരുണ്ടിട്ടാണെന്നാണ് അദ്ദേഹം വിശ്വസിച്ചത്. സൂര്യനും മറ്റു ഗോളങ്ങളുമൊക്കെ ഭൂമിയെ ചുറ്റി നടക്കുന്നുവെന്നും അദ്ദേഹം കരുതി. അരിസ്റ്റോട്ടിൽ, പ്ലേറ്റോ എന്ന ചിന്തകന്റെ ശിഷ്യനായിരുന്നു. അദ്ദേഹത്തിന്റെ പുസ്തകങ്ങളാണ് യൂറോപ്പിലെ സർവ്വകലാശാലകളിൽ നൂറ്റാണ്ടുകളോളം പഠിപ്പിച്ചിരുന്നത്. തർക്കം, ഭൗതികശാസ്ത്രം, രാഷ്ട്രീയം തുടങ്ങിയ വിഷയങ്ങളിലാണ് അദ്ദേഹം പ്രാവീണ്യം കാട്ടിയിരുന്നത്.

അരിസ്റ്റോട്ടിൽ

ക്ളോഡിയസ് ടോളമി

ബി. സി. ഇരുനൂറായപ്പോൾ ശാസ്ത്രത്തിൽ ഒരു വൻപുരോഗതിയുണ്ടായി. അതിനു കാരണഭൂതനായത് സൈറീനിലെ ഇറാട്ടോസ്തനീസാണ്. അദ്ദേഹം ഭൂമിയുടെ വലുപ്പം അളക്കാനുള്ള ഒരു മാർഗ്ഗം കണ്ടുപിടിച്ചു. രണ്ടു വ്യത്യസ്ത സ്ഥലങ്ങളിലുള്ള സൂര്യന്റെ നില ഉപയോഗിച്ച് അദ്ദേഹം ഭൂമിയുടെ ചുറ്റളവ് കണക്കുകൂട്ടി. ഇതേ സമയം, ഹിപ്പാക്കസ് - Hipparchus - എന്നൊരാൾ മറ്റൊരു പണി ചെയ്തു. അദ്ദേഹം ആകാശത്തിൽ കണ്ട 800 നക്ഷത്രങ്ങളുടെ ഒരു പട്ടികയുണ്ടാക്കി; അവയെ അവയുടെ പ്രകാശതീക്ഷ്ണത അനുസരിച്ച് ഗണം തിരിച്ചു.

എ.ഡി. രണ്ടാം നൂറ്റാണ്ടിൽ ഈജിപ്തിൽ ഒരു ചിന്തകനുണ്ടായിരുന്നു. അദ്ദേഹം ശാസ്ത്രജ്ഞൻ കൂടിയായിരുന്നു. അലക്സാൻഡ്രിയായിലാണ് അദ്ദേഹം ജീവിച്ചിരുന്നത്. ക്ലോഡിയസ് ടോളമി -Claudius Ptolemy- എന്നാണ് അദ്ദേഹത്തിന്റെ പേര്. അക്കാലം ഈജിപ്ത് ഭരിച്ചിരുന്നത് റോമാക്കാരാണ്. അദ്ദേഹത്തിന്റെ വകയായി ജ്യോതിർശാസ്ത്രത്തെ സംബന്ധിച്ചുള്ള ഒരു സർവ്വവിജ്ഞാനകോശമുണ്ട്. അരിസ്റ്റോട്ടിൽ പറഞ്ഞതാണ് ശരിയെന്ന് അദ്ദേഹം അംഗീകരിച്ചു. അതായത്, ഭൂമി ഒരു അനങ്ങാപ്പാറയാണ്; ഭൂമിയാണ് പ്രപഞ്ചകേന്ദ്രം. ടോളമിയുടെ

സിദ്ധാന്തപ്രകാരം, ആകാശത്തിലെ ഗോളങ്ങളെല്ലാം ഭൂമിക്കു ചുറ്റും കിഴക്കു നിന്ന് പടിഞ്ഞാറോട്ട് ഭ്രമണം ചെയ്യുന്നു - ഓരോ ഇരുപത്തിനാലു മണിക്കൂറും; അതായത്, ഓരോ ദിവസവും. സൂര്യനും ചന്ദ്രനുമൊക്കെ ആകാശത്തിലൂടെ സഞ്ചരിക്കുന്നുവെന്ന് നമുക്കു വെറുതേ തോന്നുന്നതല്ല; അവ ശരിക്കും സഞ്ചരിക്കുന്നുണ്ട്. ഇങ്ങനെ ആകാശഗോളങ്ങൾ ഭൂമിയെ ചുറ്റുന്ന സംവിധാനം 'ടോളമിയുടെ വ്യവസ്ഥ' -Ptolemaic system - എന്നറിയപ്പെട്ടു.

പണ്ടുള്ളവർ ആകാശത്തിലെ നക്ഷത്രങ്ങളെ നോക്കി പഠിച്ചിരുന്നു. അവയെ ക്രമീകരിക്കാനും അവർ ശ്രമിച്ചിരുന്നു. അവർ ഓരോ നക്ഷത്രത്തെയും ഓരോ ബിന്ദുവായി കണ്ടു. ആ ബിന്ദുക്കളെ അവർ യോജിപ്പിച്ചു. യോജിപ്പിച്ചപ്പോൾ കിട്ടിയ 'ചിത്രങ്ങൾ'ക്ക് മൃഗങ്ങളുടെയും പുരാതന വീരനായകന്മാരുടെയും രൂപമായിരുന്നു. ഇന്ന് രാശിചക്രം - zodiac - എന്നു നമ്മൾ വിളിക്കുന്ന ചിഹ്നങ്ങൾ ഇത്തരം താരാഗണങ്ങളാണ് - ഇടവം - Tauras - കാള; മേടം - Ram - ചെമ്മരിയാട്; ചിങ്ങം - Leo - സിംഹം. ഇവയെക്കൂടാതെ മറ്റു താരസമൂഹങ്ങളുമുണ്ട് - ഒറിയോൺ - Orion - അഥവാ, വേടൻ; ഉർസാ മേജർ - Ursa Major - അഥവാ, വൻകരടി.

എ.ഡി. അഞ്ചാം നൂറ്റാണ്ടോടെ റോമാ സാമ്രാജ്യം നിലംപൊത്തി. അതിനുശേഷം, കിഴക്കുനിന്നു വന്ന പ്രാകൃതവർഗ്ഗക്കാർ യൂറോപ്പിലാകമാനം വ്യാപിച്ചു. ഒരായിരം കൊല്ലങ്ങളോളം നൂതനമായ ആശയങ്ങൾ പിറക്കാതെയായി. ഈ കാലയളവിന് ചരിത്രകാരന്മാർ മദ്ധ്യയുഗം - Middle Ages - എന്നാണ് പേരിട്ടിരിക്കുന്നത്. ചിലരൊക്കെ ഇക്കാലത്തെ "ഇരുണ്ട യുഗം" -Dark Ages - എന്നും പറയാറുണ്ട് - വിജ്ഞാനത്തിന്റെ വെളിച്ചമില്ലാത്ത കാലം. അക്കാലത്തും വിജ്ഞാനത്തിന്റെ വിളക്ക് കെട്ടിരുന്നുവെന്ന് പറയുക വയ്യ. അന്നും വലിയ, വലിയ ശാസ്ത്രജ്ഞന്മാരും കലാകാരന്മാരും ജീവിച്ചിരിപ്പുണ്ടായിരുന്നു. യൂറോപ്പിൽ കാലം ഇങ്ങനെ ഇരുണ്ടിരിക്കേ, ലോകത്തിലെ മറ്റിടങ്ങളിൽ ശാസ്ത്രം പുരോഗമിക്കുന്നുണ്ടായിരുന്നു. എ.ഡി. 1054-ൽ, ജൂലായ് നാലിന്, ചീനക്കാരായ ജ്യോതിർശസ്ത്രജ്ഞന്മാർ ഒരു നക്ഷത്രം ആകാശത്തിൽ

പൊടുന്നനെ പ്രത്യക്ഷപ്പെട്ടതായ് കണ്ടു. സത്യത്തിൽ, അവർ കണ്ടത് നക്ഷത്രത്തിന്റെ പിറവിയല്ല, മരണമായിരുന്നു. മരിക്കുന്ന നക്ഷത്രത്തിനെ "സൂപ്പർനോവ" - ഉടയുന്ന നക്ഷത്രം - എന്നാണ് ശാസ്ത്രജ്ഞന്മാർ വിളിക്കുക. അതായത്, ചീനക്കാർ കണ്ടത് പുതിയൊരു താരത്തെയല്ല, ഒരു മരിക്കും താരത്തെയാണ്. അന്നവർ കണ്ട നക്ഷത്രത്തിന്റെ അവശിഷ്ടങ്ങൾ ഇന്നും ആകാശത്തിലുണ്ട്, ക്രാബ് നെബ്യൂല - Crab Nebula - എന്ന പേരോടെ (നെബ്യൂല എന്നാൽ താരധൂളി). ചന്ദ്രനേക്കാൾ ദീപ്തിയുള്ളതാണ് ഈ നെബ്യൂല. ആഴ്ചകളോളം ഈ നെബ്യൂല പകൽനേരത്തുപോലും ആകാശത്ത് തിളങ്ങുന്നത് ആളുകൾക്ക് കാണാമായിരുന്നു.

മദ്ധ്യയുഗത്തിനു ശേഷം യൂറോപ്പിൽ 'റിനെയ്സൻസ്' (Renaissance - നവോത്ഥാനം) എന്നൊരു കാലഘട്ടം ഉദയം ചെയ്തു. ഗ്രീക്കുകാരുടെയും റോമാക്കാരുടെയും കാലത്തുണ്ടായിരുന്ന വിജ്ഞാനവിസ്ഫോടനം ഇക്കാലത്തുമുണ്ടായതുകൊണ്ടാണ് ചരിത്രകാരന്മാർ ഇക്കാലത്തെ നവോത്ഥാന യുഗമെന്ന് -പുനർപ്പിറവിയുടെ കാലമെന്ന് - വിളിച്ചത്. പതിനഞ്ചാം നൂറ്റാണ്ടോടെയാണ് നവോത്ഥാന കാലഘട്ടം ഊർജ്ജസ്വലമാകുന്നത്. പതിനേഴാം നൂറ്റാണ്ടു വരെ അത് ഉജ്ജ്വലമായ് തുടരുകയുണ്ടായി. ഫ്രാൻസും ഇറ്റലിയും ജർമ്മനിയുമൊക്കെ പുരാതന സാംസ്കാരിക പാരമ്പര്യങ്ങൾ തിരിച്ചുപിടിച്ചു. ഏതുവിഷയത്തെയും തുറന്ന മനസ്സോടെ സമീപിക്കുക എന്നതായിരുന്നു നവോത്ഥാന മനുഷ്യരുടെ പ്രത്യേകത. മഹത്തരമായ പല കെട്ടിടങ്ങളും ശില്പങ്ങളും ചിത്രങ്ങളും ഇക്കാലത്തിന്റെ സംഭാവനയാണ്. നവോത്ഥാന കാലത്താണ് ഇംഗ്ലീഷ് എഴുത്തുകാരനായ വില്യം ഷേക്സ്പിയർ ജനിച്ചത്; മൈക്കലാഞ്ചലോ മരിച്ചതും - രണ്ടും സംഭവിച്ചത് 1564-ലാണ്. ഇതേ വർഷമാണ്, ഒരു ഫെബ്രുവരി പതിനഞ്ചിന്, ഗലീലിയോ ഗലീലിയും ഭൂജാതനായത് - ഇറ്റലിയിലെ പീസാ(Pisa)യിൽ.

ലോകം - ഗലീലിയോവിന്റെ കാലത്ത്

ഗലീലിയോ ഗലീലി എന്നാണ് ഗലീലിയോവിന്റെ മുഴുവൻ പേര്. രാഗത്തിൽ പറഞ്ഞുപോകാവുന്ന ഒരു പേര്. പക്ഷേ, ലോകമിന്ന് അദ്ദേഹത്തെ അറിയുന്നത് വെറും ഗലീലിയോ എന്നു മാത്രമാണ്. ഗലീലി എന്ന അവസാനത്തെ പേരില്ലാതെ തന്നെ ഗലീലിയോവിനെ എല്ലാവർക്കുമറിയാം. ശാസ്ത്രചരിത്രത്തിൽ ഒരേയൊരു ഗലീലിയോ മാത്രമേയുള്ളൂ - ഗലീലിയോ ഗലീലി. ഇങ്ങനെ ആദ്യത്തെ പേരുകൊണ്ടു മാത്രം അറിയപ്പെടുന്ന മറ്റൊരു ഇറ്റലിക്കാരൻ കൂടിയുണ്ട് - മൈക്കലാഞ്ചലോ. ഇറ്റലിക്കാർ ഇവരെ രണ്ടുപേരെയും അങ്ങനെ ആദ്യത്തെ പേരു വിളിച്ചാണ് ബഹുമാനിച്ചത്. ഗലീലിയോവിന്റെ പുസ്തകങ്ങളിൽപ്പോലും ആദ്യനാമം മാത്രമേയുള്ളൂ. ഇന്ന് സർവ്വവിജ്ഞാനകോശങ്ങളിലും ഗലീലിയോ വെറും ഗലീലിയോ മാത്രമായാണ് പരാമർശിക്കപ്പെടുന്നത്.

ഗലീലിയോ ശരിക്കുമൊരു ബഹുമുഖപ്രതിഭയായിരുന്നു. ലോകം അദ്ദേഹത്തെ പ്രധാനമായും ഒരു ജ്യോതിർശാസ്ത്രജ്ഞനായിട്ടാണ് കാണുന്നത്. പക്ഷേ, അദ്ദേഹം കൈവെക്കാത്ത മേഖലകൾ ചുരുക്കമാണ്. ശാസ്ത്രം, ഗണിതം, സംഗീതം, കല എന്നിവയിലെല്ലാം അദ്ദേഹം രസം കണ്ടെത്തിയിരുന്നു. അദ്ദേഹത്തിന്റെ

ബെർടോൾട് ബ്രെക്റ്റ് (Brecht)

കണ്ടുപിടുത്തങ്ങൾ ലോകത്തിൽ വിപ്ലവമുണ്ടാക്കി. ശാസ്ത്രസംബന്ധമായ തത്ത്വചിന്തകൾ മാത്രമല്ല, പ്രായോഗികമായ കണ്ടുപിടുത്തങ്ങളും അദ്ദേഹത്തിന്റെ വകയായിട്ടുണ്ട്. കാലത്തിനു മുമ്പേ നടന്ന ഒരാളുടെ കഥയാണ് ഗലീലിയോവിന്റെ കഥ. സത്യവും സ്വാതന്ത്ര്യവും തമ്മിലുള്ള ബന്ധമെന്തെന്ന് ഗലീലിയോവിന്റെ കഥ നമ്മെ പഠിപ്പിക്കും. കപടപ്രത്യയശാസ്ത്രങ്ങൾ, അതായത് നുണകൾ ആലംബമായുള്ള അന്യായമായ ഒരു സാമൂഹികക്രമത്തിന്റെ പീഡനത്തിൽനിന്ന് ജനങ്ങളെ സ്വതന്ത്രരാക്കാൻ സത്യത്തിന് കഴിയുമെന്ന് ഗലീലിയോവിന്റെ കാലവും ജീവിതവും നമ്മെ പഠിപ്പിക്കും. "ഗലീലിയോയുടെ ജീവിതം" എന്ന നാടകത്തിലൂടെ ബെർടോൾട് ബ്രെക്റ്റ് (Brecht) ആ ജീവിതത്തിന്റെ സന്ദേശം നമുക്ക് പകർന്നു തന്നിട്ടുണ്ട്.

ഗലീലിയോ അന്വേഷിച്ചത് സത്യമാണ്. നിരീക്ഷണത്തിനും പരീക്ഷണത്തിനും പകരം വെക്കാൻ മറ്റൊന്നുമില്ലെന്ന് അദ്ദേഹം ദൃഢമായി വിശ്വസിച്ചു. നമുക്കു ചുറ്റും നാം കാണുന്നതെന്തോ അതിലാണ് - അതായത്, പ്രകൃതിയിലാണ് - സത്യമിരിക്കുന്നത്. നമുക്കു ചുറ്റുമുള്ള ഈ പ്രകൃതി ഈശ്വര സൃഷ്ടിയാണെന്ന് അദ്ദേഹം വിശ്വസിച്ചു. ബൈബിളും അതു പഠിച്ച മതവിദ്വാന്മാരും അതു

ഡാർവിൻ

തന്നെയാണ് പറഞ്ഞത്. പക്ഷേ,(ക്രിസ്തീയ)സഭയുടെ സത്യങ്ങള ല്ലാ ഗലീലിയോ ച്ചറ്റം കണ്ടത്. എങ്കിലും, അദ്ദേഹത്തിന്റെ മതവി ശ്വാസം ഇളകാത്തതായിരുന്നു. ഭൂമി സൂര്യനെ ഭ്രമണം ചെയ്യുക യാണെന്ന് എഴുതിയാലുണ്ടാകാവുന്ന അപകടം അദ്ദേഹത്തിന് അറിയാമായിരുന്നു. അതു സഭയുടെ വിശ്വാസത്തിനെതിരാണ്. വിശ്വാസലംഘനം കടുത്ത ശിക്ഷ വിളിച്ചു വരുത്തും. പക്ഷേ, ശിക്ഷയെ പേടിക്കുന്ന ആളായിരുന്നില്ലാ ഗലീലിയോ. തന്റെ കണ്ടു പിടുത്തങ്ങളെ സഭ പേടിക്കേണ്ട കാര്യമില്ലെന്നാണ് അദ്ദേഹം കരുതിയത്. മതവും ശാസ്ത്രവും വെവ്വേറെ കാര്യങ്ങളാണെന്നാണ് അദ്ദേഹം വിശ്വസിച്ചത്.

ഈ ഇരുപത്തിയൊന്നാം നൂറ്റാണ്ടിലും ഗലീലിയോവിന്റെ ജീവിതകഥ വളരെ പ്രസക്തമാണ്. മതവും ശാസ്ത്രവും തമ്മിലുള്ള സംഘർഷം ഗലീലിയോയുടെ കാലം തൊട്ട് കൂടെക്കൂടെ ഉയർന്നു വരാറുള്ളതാണല്ലോ. ചാൾസ് ഡാർവിന്റെ സിദ്ധാന്തം പത്തൊമ്പ താം നൂറ്റാണ്ടിന്റെ പാതിയിലുണർത്തിയ കൊടുങ്കാറ്റ് നമ്മൾക്കി ന്നും ഓർമ്മയിലുണ്ടല്ലോ. അക്കാലത്തെ ധാർമ്മികവും നൈതിക വുമായ ധർമ്മസങ്കടങ്ങൾ ഇന്നും നിലവിലുണ്ട്. പരമാണുവിനെ

വിച്ഛേദിക്കുന്നത് ശരിയാണോ? ജീനുകളെ മനുഷ്യൻ പരിവർത്തിപ്പിക്കാൻ പാടുണ്ടോ? മൃഗങ്ങളുടെ പകർപ്പുകൾ (ക്ലോണുകൾ) സൃഷ്ടിക്കുന്നത് ദൈവവിരോധമല്ലേ? ശാസ്ത്രത്തിന്റെ പേരിൽ നാം അന്ധമായ പുരോഗതി തേടേണമോ? എല്ലാറ്റിനും ഒരു പരിധിയില്ലേ? ഇന്നുള്ള ഇതേ ചോദ്യങ്ങൾ ഗലീലിയോയുടെ മനസ്സിലും ഉണ്ടായിരുന്നു. തന്റെ ആവിഷ്കാരങ്ങളും ആശയങ്ങളും പ്രസിദ്ധീകരിക്കുന്ന സമയത്ത് ഇവ അദ്ദേഹത്തിന്റെ മനസ്സിനെ വല്ലാതെ ഉലച്ചിരുന്നു. അറിവിന്റെ ലക്ഷ്യമെന്താണ്? അറിവ് നേടുകയെന്നതിൽക്കവിഞ്ഞ് അറിവിനു മറ്റു ലക്ഷ്യമുണ്ടോ? അറിവ് അപകടകാരിയാണോ? അറിവിന് രാഷ്ട്രീയമാനമുണ്ടെന്ന്, അറിവ് അധികാരമാണെന്ന് (Knowledge is power), ഗലീലിയോ വലിയ വിലകൊടുത്ത് മനസ്സിലാക്കുകയുണ്ടായി.

യവനചിന്തകരും മറ്റുള്ളവരും തുടങ്ങിവെച്ച ആകാശപര്യവേക്ഷണമാണ് ഗലീലിയോവിലൂടെ തുടർന്നുപോയത്. ഗലീലിയോവിനു പിറകേ വന്നവർ അതു തുടർന്നുകൊണ്ടേയിരുന്നു. നമ്മുടെ ഉല്പത്തിയെക്കുറിച്ച് കൂടുതൽക്കൂടുതൽ അറിയാൻ ഈ ആകാശനിരീക്ഷണപരീക്ഷണങ്ങൾ സഹായിച്ചേക്കും. കൂടുതൽ കണ്ടുപിടുത്തങ്ങൾ സംഭവിക്കുന്നതോടെ ശാസ്ത്ര-മത സംഘർഷങ്ങൾ രൂക്ഷമാകും. ഗലീലിയോ പറഞ്ഞത് ശരിയാണ്: ശാസ്ത്രവും മതവും കൂട്ടികുഴയ്ക്കരുത്; അവ പരസ്പര ബഹുമാനത്തോടെ അകന്നു നിൽക്കുന്നതാണ് നല്ലത്. മതവും ശാസ്ത്രവും ശ്രമിക്കുന്നത് ഒരേ കാര്യമാണ് - രണ്ടും നമുക്കു നമ്മെക്കുറിച്ചുള്ള അറിവ് പകരുന്നു. ശാസ്ത്രം അതു വസ്തുനിഷ്ഠമായ് ചെയ്യുമ്പോൾ, മതം അതു ആത്മനിഷ്ഠമായ് ചെയ്യുന്നുവെന്ന വ്യത്യാസമേയുള്ളൂ. ഒന്ന് മറ്റൊന്നിനെ ഉന്മൂലനം ചെയ്യേണ്ട കാര്യമില്ല.

കുട്ടിക്കാലം

ഗലീലിയോ ജനിച്ചത് 1564-ലാണെന്ന് പറഞ്ഞു; ഈ കാലത്തെ 'നവോത്ഥാനം - പുനർപ്പിറവി - renaissance - എന്നാണ് വിളിക്കുകയെന്നും. പണ്ടുപണ്ട്, റോമും ഗ്രീസും കല, ശാസ്ത്രം, തത്ത്വചിന്ത എന്നിവയെ പ്രോത്സിപ്പിച്ച് വളർത്തിയിരുന്നു. എ. ഡി. അഞ്ചൂറോടെ റോം നിലം പതിച്ചു; യൂറോപ്പിലെ പുരോഗതി ഇഴഞ്ഞു നീങ്ങുന്ന നിലയിലായി. അക്കാലത്തെ 'ഇരുണ്ടയുഗ'മെന്നാണ് ചരിത്രവിദ്വാന്മാർ വിളിക്കുന്നതെന്നും നാം മനസ്സിലാക്കി. ജ്ഞാനപ്രകാശമില്ലാത്ത 'ഇരുണ്ടയുഗം' നൂറ്റാണ്ടുകളോളം നില നിന്നു. അതിനൊടുവിൽ, നവോത്ഥാനത്തിന്റെ പിറവിയായി. ആയിരത്തിമുന്നൂറോടെ ഇറ്റലിയിൽ ആരംഭിച്ച ഒരു സാംസ്കാരിക പ്രസ്ഥാനമാണ് നവോത്ഥാനമെന്ന്, പൊതുവേ പറയാറുണ്ട്. മൂന്നു നൂറ്റണ്ടുകളോളം ഈ കാലഘട്ടം സജീവമായിരുന്നു. കലകളും മറ്റു വിദ്യകളും ഇക്കാലത്ത് കുതിച്ചു ചാടി. കലാകാരന്മാരും ചിന്തകന്മാരും പ്രചോദനത്തിനായി പുരാതന ഗ്രീസിലേക്കും റോമിലേക്കും കണ്ണുനട്ടിരുന്നു. ആവേശം അലയടിച്ച ഈ കാലത്താണ് ഗലീലിയോവിന്റെ ജനനം. കണ്ടുപിടുത്തങ്ങളുടെ കാലം. കലയും ശാസ്ത്രവും പുത്തനുണർവ്വോടെ സടകുടഞ്ഞെണീറ്റ കാലം. മഹാപ്രതിഭകൾ വിളയാടിയ കാലം. ഡാ വിഞ്ചിയും റാഫേലും മൈക്കലാഞ്ചലോയും സുന്ദരശില്പങ്ങളും

ഷേക്സ്പിയർ

മനോഹരചിത്രങ്ങളും നിർമ്മിച്ചു. ഷേക്സ്പിയർ മഹത്തായ നാടകങ്ങൾ സൃഷ്ടിച്ചു; ഗീതകങ്ങളെഴുതി.

വാസ്തുശില്പികൾ നയനമനോഹരമായ കെട്ടിടങ്ങൾ പടുത്തുയർത്തി. 1454-ൽ, അച്ചടിയന്ത്രം ആവിഷ്കരിക്കപ്പെട്ടതോടെ, പുസ്തകങ്ങൾ കൈകൊണ്ട് പകർത്തിയെഴുതേണ്ട എന്നായി; അവ വലിയതോതിൽ അച്ചടിക്കപ്പെട്ടു. പുസ്തകങ്ങളുടെ വരവോടെ കൂടുതൽക്കൂടുതലാളുകൾ വായനക്കാരായി. കടൽയാത്ര സുഗമമാക്കുന്ന ധാരാളം ഉപകരണങ്ങളും ഇക്കാലത്തുണ്ടായി. നാവികന്മാർ - വാസ്കോ ഡ ഗാമ, കൊളംബസ് - അതുവരെ അറിയപ്പെടാതിരുന്ന ഭൂവിഭാഗങ്ങളിലേക്ക് സധൈര്യം യാത്രയായി.

1492-ലാണ് ക്രിസ്റ്റഫർ കൊളംബസ് അമേരിക്കയെന്ന നവലോകത്ത് (New World) കരയ്ക്കണയുന്നത്. 1519-ൽ, പോർച്ചുഗീസുകാരനായ ഫെർഡിനാന്റ് മഗല്ലൻ കടൽമാർഗ്ഗമുള്ള തന്റെ ഗോളാന്തരയാത്രക്ക് തുടക്കമിട്ടു. അഞ്ച് കപ്പലുകളും 270 നാവികരുമാണ് മഗല്ലനൊപ്പം രണ്ടുകൊല്ലത്തോളം കടലിലൂടെ ലോകം ചുറ്റിയത്. അതാണ് ലോകത്തിലെ ആദ്യത്തെ ഗോളാന്തരയാത്ര. 1607-ൽ ഗലീലിയോവിന് നാൽപ്പത്തിമൂന്ന വയസ്സുള്ളപ്പോൾ,

മഗല്ലന്റെ ലോകാന്തര യാത്ര

അമേരിക്കയിലെ ജെയിംസ്ടൗണിലേക്ക് ആളുകൾ താമസിക്കാനെത്തിത്തുടങ്ങി; വടക്കേ അമേരിക്കയിലെ ആദ്യത്തെ ഇംഗ്ലീഷ് കോളനി അങ്ങനെ നിലവിൽ വന്നു.

ആർണോ പുഴക്കരയിലെ മനോഹരമായൊരു പുരാതനനഗരമാണ് പീസാ (Pisa). അവിടെയൊരു പള്ളിയുണ്ട് - ഒരു കത്തീഡ്രൽ. ഗലീലിയോ ജനിക്കുമ്പോൾ പള്ളിക്ക് അഞ്ഞൂറു വയസ്സായിരുന്നു. ഈ പള്ളിക്കടുത്താണ് പീസായിലെ സുപ്രധാനമായൊരു കെട്ടിടം. ചെരിയും ഗോപുരം (Leaning Tower) എന്നാണ് അതിന്റെ പേര്. എപ്പൊ വേണമോ അപ്പൊ വീഴാമെന്ന മട്ടിൽ ചെരിഞ്ഞാണ് കെട്ടിടത്തിന്റെ നിൽപ്പ്. അതുകൊണ്ടാണ്, അതിന് ചെരിയും ഗോപുരമെന്ന പേരു വീണത്.

പീസായിലെ കത്തീഡ്രലിനു പിന്നിൽ ഒരു മണി ഗോപുരം (bell tower) തൊഴിലാളികൾ പണിയാൻ തുടങ്ങിയത് 1178-ലാണ്. നിർഭാഗ്യകരമെന്നു പറയട്ടെ, ഗോപുരം നിൽക്കേണ്ട മണ്ണ് ഇവർ പരിശോധിക്കാൻ വിട്ടുപോയി. ഭൂമിക്കവിടെ ഉറപ്പില്ലായിരുന്നു. അവിടമാകെ മണലുനിറഞ്ഞ നനുത്ത ഭൂമിയായിരുന്നു. അതിനാൽ, ഭൂമിക്ക് ഗോപുരത്തിന്റെ ഭാരം താങ്ങാൻ പറ്റാതെ

പീസായിലെ ചെരിഞ്ഞ ഗോപുരം

പോയി. അവളൊന്നു കുലുങ്ങി; ഗോപുരം ചെരിഞ്ഞു; എങ്കിലും, തറ പറ്റാതെ നിന്നു. ഇന്ന് പീസാ എന്ന നഗരം ലോകമെങ്ങും അറിയപ്പെടുന്നത് ഈ ചെരിഞ്ഞ ഗോപുരത്തിന്റെ പേരിലാണ്.

ഗലീലിയോയുടെ അച്ഛനും അമ്മയും ഇറ്റലിയിലെ ഒരു കുലീന കുടുംബത്തിൽപ്പെട്ടവരായിരുന്നു. കുലീനകുടുംബം എന്നു പറഞ്ഞതുകൊണ്ട് അവർ പണക്കാർ ആയിരുന്നുവെന്ന് തെറ്റിദ്ധരിക്കരുത്. ഗലീലിയോവിന്റെ അമ്മ, ജൂലിയോ അമനാട്ടി (Giulia Ammannatti); അച്ഛൻ, വിൻചെൻസൊ ഗലീലി (Vincenzo Galilei). അച്ഛൻ കഠിനാദ്ധ്വാനിയായ ഒരു ഗായകനായിരുന്നു. അദ്ദേഹം പാട്ടെഴുതും, പാടും, പഠിപ്പിക്കും, ല്യൂട്ട് വായിക്കും, സംഗീതത്തെക്കുറിച്ച് പുസ്തകമെഴുതും. അദ്ദേഹത്തിന്റെ പുസ്തകങ്ങൾ കോലാഹലമുണ്ടാക്കിയവയാണ്. പാട്ടെഴുത്തുകാർ നിയമങ്ങളനുസരിക്കേണ്ടവരാണ്. വിൻചെൻസൊ നിയമങ്ങളെ ചോദ്യം ചെയ്തു. നിലവിലുള്ള സ്വരജതിയിൽ അദ്ദേഹം സ്വന്തമായ സ്വരങ്ങൾ/ രാഗങ്ങൾ കൂട്ടിച്ചേർത്തു. അക്കാലത്തെ ആശാന്മാർക്ക് അതു പിടിച്ചില്ല. അവർ അദ്ദേഹത്തിന്റെ പുസ്തകങ്ങൾ പ്രസിദ്ധീകരിക്കപ്പെടുന്നത് തടയാൻ നോക്കി. പക്ഷേ, അതു ഫലിച്ചില്ല. വിൻചെൻസൊ പുസ്തകങ്ങൾ അച്ചടിച്ചിറക്കുകതന്നെ ചെയ്തു.

വിൻചെൻസൊ ഗലീലി (Vincenzo Galilei)

"സത്യമറിയാൻ വേണ്ടി എന്തിനേയും ചോദ്യം ചെയ്യാനുള്ള സ്വാതന്ത്ര്യം ഞാൻ ആഗ്രഹിക്കുന്നു" അദ്ദേഹം പറഞ്ഞു. ഗലീലിയോവും ഇതൊക്കെ ശ്രദ്ധിച്ചു കേട്ടാണ് വളർന്നത്. വളർന്നപ്പോൾ അച്ഛന്റെ തുറന്നടിച്ചു പറയാനുള്ള തന്റേടം ഗലീലിയോവും കാട്ടി.

കുട്ടിക്കാലത്തേ നല്ല കഴിവു കാട്ടിയ മിടുക്കനായിരുന്നു ഗലീലിയോ. ആ ബാലന്റെ ജിജ്ഞാസയ്ക്ക് അതിരുണ്ടായിരുന്നില്ല. എന്തെങ്കിലുമൊരുപകരണം കയ്യിൽക്കിട്ടിയാൽ അവനത് പൊളിച്ചു നോക്കണം; അതെങ്ങനെയാണ് പ്രവർത്തിക്കുന്നതെന്നറിയാൻ. മാത്രമല്ല, അവൻ സ്വന്തമായി കളിപ്പാട്ടങ്ങളുണ്ടാക്കി. അവയിൽ ചലിക്കുന്ന പാവകളും പെടും.

കുട്ടിക്കാലത്തേ ഗലീലിയോ സംഗീതം അഭ്യസിച്ചു. വെറും അഭ്യാസമല്ല, മണിക്കൂറുകളോളം കുത്തിയിരുന്നുള്ള പഠിത്തം. ല്യൂട്ട് വായിക്കാൻ അവനെ പഠിപ്പിച്ചത് അച്ഛനാണ്. ല്യൂട്ട്, കമ്പികളുള്ള ഒരു ഉപകരണമാണ്. ഇന്ന് ഗിത്താർ എത്ര ജനപ്രിയമാണോ, അത്ര ജനപ്രിയമായിരുന്നു അന്ന് ല്യൂട്ട്. ല്യൂട്ട് വായന ഗലീലിയോ

ല്യൂട്ട്

ഒരിക്കലും ഉപേക്ഷിച്ചില്ല. ജീവിതം തീരുന്നതുവരെ അദ്ദേഹം ല്യൂട്ട് വായിക്കുമായിരുന്നു.

ല്യൂട്ട് വായിക്കുന്ന കൂട്ടത്തിൽ കുട്ടി ഗലീലിയോ വരക്കാനും പഠിച്ചു. വരക്കാൻ പഠിപ്പിക്കുവാൻ അവന് ട്യൂട്ടർമാർ ഉണ്ടായിരുന്നു. അവർ അവനെ പരിപ്രേക്ഷ്യചിത്രങ്ങൾ - perspective drawing - വരക്കാനാണ് അഭ്യസിപ്പിച്ചത്. ഇത്തരം ചിത്രങ്ങൾ വസ്തുക്കളെ അതേ പടി - അതായത്, ത്രിമാന രൂപത്തിൽ കാണിക്കും. വരച്ചു വരച്ച് ഗലീലിയോ വസ്തുക്കൾ ജീവനുള്ളവയെപ്പോലെയാക്കി. ഇങ്ങനെ വരക്കാൻ പഠിച്ചത് ഗലീലിയോവിന് പിന്നീട് പ്രയോജനപ്രദമായി.

കുട്ടി ഗലീലിയോവിന് വയസ്സ് എട്ടായപ്പോൾ, കുടുംബം ഫ്ലോറൻസിലേക്ക് മാറി. വിൻചെൻസൊവിന് അവിടെ നല്ലൊരു ജോലി കിട്ടിയതാണ് കാരണം. രാജകൊട്ടാരത്തിൽ പാടുകയെന്നതായിരുന്നു ജോലി. കുടുംബം ഫ്ലോറൻസിലേക്ക് മാറിയെങ്കിലും ഗലീലിയോ പീസായിൽത്തന്നെ തങ്ങി. അവന് പഠനം പൂർത്തിയാക്കേണ്ടതുണ്ടായിരുന്നല്ലോ. പഠനം കഴിഞ്ഞപ്പോൾ അവനും ഫ്ലോറൻസിലേക്ക് യാത്രയായി; അച്ഛനുമമ്മയ്ക്കുമൊപ്പം ചേർന്നു.

ഫ്ലോറൻസ്

ഫ്ലോറൻസ്, ജീവിക്കാൻ പറ്റുന്ന സ്ഥലമായിരുന്നു; ആവേശമുണർത്തുന്ന ദേശം; 'റിനൈസൻസ്' കാലത്ത് കലയും ചിന്തയും പഠനവും തഴച്ചു വളർന്നിരുന്ന നാട്. ടസ്കനി എന്നു പേരായ ഒരു പ്രദേശത്തിന്റെ തലസ്ഥാനമാണ് അന്ന് ഫ്ലോറൻസ്. ഫ്ലോറൻസിലെ രാജകൊട്ടാരത്തിൽ വിൻചെൻസൊവിന് പണി കിട്ടിയതുകൊണ്ട് അദ്ദേഹത്തിന്റെ കുടുംബത്തിന് പ്രഭുക്കളും രാജകുമാരന്മാരുമായി ഇടപഴകാൻ പറ്റി.

ഗലീലിയോവിന്റെ ആദ്യപാഠങ്ങൾ പീസായിൽവെച്ച് പൂർത്തിയായി. ഇപ്പോഴവന് വയസ്സ് പതിനൊന്ന്. ഇനി പഠനം പുരോഗമിക്കണം. അതിനായി അവനൊരു ആശ്രമത്തിലെ/മഠത്തിലെ പള്ളിക്കൂടത്തിൽ ചേർന്നു. അവിടെ പഠിപ്പിക്കുന്നവർ സന്യാസിമാരാണ് - കത്തോലിക്കാ സന്യാസിമാർ. അവരവനെ ശരിക്കും പഠിപ്പിച്ചു. പതിനാറാം നൂറ്റാണ്ടിൽ ഒരഭ്യസ്തവിദ്യൻ എന്തൊക്കെ അറിയേണമോ അതൊക്കെയും അവനും പഠിച്ചു: ഗ്രീക്ക് ഭാഷ, ലത്തീൻ ഭാഷ, തർക്കശാസ്ത്രം തുടങ്ങിയ വിഷയങ്ങൾ. തർക്കശാസ്ത്രത്തിൽ നമ്മൾ സങ്കീർണ്ണമായ ഒരു പ്രശ്നത്തെ പടിപടിയായി പിരിച്ചെടുത്ത് അതിനുള്ള പരിഹാരം കാണും. ഈ വിശ്ലേഷണ വിദ്യ ഗലീലിയോ നന്നായ് പഠിച്ചു.

ഈ വിഷയങ്ങളൊക്കെ പഠിക്കുന്നതിനൊപ്പം അവൻ മതവും പഠിച്ചു. മതപഠനം അവന് വല്ലാതെയങ്ങ് പിടിച്ചു. എത്ര പിടിച്ചെന്നോ? ഒരു സന്യാസിയായി മാറാൻ അവൻ തീരുമാനിച്ചു. അച്ഛനതു കേട്ടപ്പോൾ ആസകലം പേടിച്ചുപോയി. ഗലീലിയോ മൂത്ത മകനാണ്. വലുതായാൽ, കുടുംബം നോക്കേണ്ടത് അവനാണ്. സന്യാസിമാർ ദരിദ്രവാസികളാണ്. അവർക്ക് കുടുംബം പരിപാലിക്കാനൊന്നും പറ്റില്ല. ഭയന്നുപോയ വിൻചെൻസൊ അവനെ ആശ്രമത്തിൽനിന്ന് അടർത്തിമാറ്റി. അതിനുശേഷം, അവന്റെ താമസം വീട്ടിലായി; പഠിത്തം തൊട്ടടുത്തുള്ള വിദ്യാലയത്തിലുമായി.

പതിനേഴ വയസ്സായപ്പോൾ ഗലീലിയോവിന്റെ സ്കൂൾ പഠനം പൂർത്തിയായി. ഇനി പഠിക്കേണ്ടത് യൂണിവേഴ്സിറ്റിയിലാണ്. വളരെച്ചുരുക്കം പേർക്കേ അന്ന് സർവ്വകലാശാലാപഠനം കിട്ടിയിരുന്നുള്ളൂ - പണക്കാരുടെ ആൺമക്കൾക്ക്; അല്ലെങ്കിൽ, കുലീന കുടുംബങ്ങളിലെ പുരുഷസന്തതികൾക്ക്. പെൺകുട്ടികളുടെ കാര്യം പറയേണ്ട. അവർക്ക് സർവ്വകലാശാലകളിൽ കാലുകുത്താൻ പറ്റില്ല. തന്റെ കുട്ടി പഠിക്കാൻ മിടുക്കനാണെന്ന് വിൻചെൻസൊവിന് അറിയാമായിരുന്നു. അവന് കിട്ടാവുന്നതിൽവെച്ച് ഏറ്റവും മുന്തിയ വിദ്യഭ്യാസം തന്നെ കിട്ടണം. അതെവിടെ കിട്ടും?

വിജ്ഞാനദാഹി

1581 ഗലീലിയോ പീസായിലേക്ക് തിരിച്ചുപോയി - പഴയ വീട്ടിലേക്കല്ല; പീസാ സർവ്വകലാശായിലേക്ക് - പഠനം തുടരാൻ. ആ കാലത്ത് ഡോക്ടർമാർക്ക് നല്ല ശമ്പളം കിട്ടിയിരുന്നു; നാട്ടുകാരുടെ ആദരവും. അതുകൊണ്ട്, ഗലീലിയോവിന്റെ അച്ഛൻ അദ്ദേഹത്തെ ഒരു ഡോക്ടറാക്കാനാണ് ഉദ്ദേശിച്ചത്. അങ്ങനെ, ഗലീലിയോ ഒരു മെഡിക്കൽ വിദ്യാർത്ഥിയായി.

പഠിക്കാൻ മിടുക്കനായിരുന്ന ഗലീലിയോ സർവ്വകലാശാലയിൽ എല്ലാവരാലും ശ്രദ്ധിക്കപ്പെട്ടു. മറ്റുള്ളവരുടെ ശ്രദ്ധ അദ്ദേഹത്തിൽ പതിയാൻ കാരണങ്ങളുണ്ട്. ഒന്ന്, അദ്ദേഹത്തിന്റെ ചെമ്പൻ മുടിയും ചുരുളൻ താടിയും തന്നെ. മറ്റൊന്ന്, അദ്ദേഹത്തിന്റെ തർക്കിക്കാനുള്ള പ്രിയവും. ആശയങ്ങളുടെ പേരിൽ വാദത്തിലേർപ്പെടാൻ ഗലീലിയോവിന് ആവേശമായിരുന്നു. പഠിക്കാൻ മിടുക്കനാണെന്നു മാത്രമല്ല, എന്തിനേയും ചോദ്യം ചെയ്യാനും അദ്ദേഹത്തിന് മിടുക്കുണ്ടായിരുന്നു. തർക്കിക്കാനുള്ള ശീലം കൈവിടാതിരുന്നതുകൊണ്ട് സഹപാഠികൾ അദ്ദേഹത്തെ "വഴക്കാളി" (Wrangler) എന്ന പേരിട്ടു വിളിച്ചു.

ചോദ്യം ചെയ്യുന്നത് ഇഷ്ടപ്പെടാത്ത ചില കൂട്ടരുണ്ടായിരുന്നു - ചില അദ്ധ്യാപകർ. എങ്കിലും, മിക്ക അദ്ധ്യാപകരും ഗലീലിയോവിനെ ഇഷ്ടപ്പെട്ടു; മിക്ക സഹപാഠികളും. ചങ്ങാതിയെന്ന

ഗലീലിയോ ചെറുപ്പത്തിൽ

നിലയിൽ ഗലീലിയോ സ്നേഹമുള്ളവനും വിശ്വസ്തനും ഉദാരമതിയുമായിരുന്നു. ഗലീലിയോവിനു ചുറ്റും രണ്ടു തരത്തിലുള്ള ആളുകളേ ഉണ്ടായിരുന്നുള്ളൂ - ഉറ്റ മിത്രങ്ങൾ; അല്ലെങ്കിൽ, ബദ്ധശത്രുക്കൾ.

ഒരിക്കൽ ഗലീലിയോ ഒരു ക്ലാസ്സ് ശ്രദ്ധിച്ചു കേട്ടു. അതദ്ദേഹത്തെ ആവേശഭരിതനാക്കി. ആ ക്ലാസ്സ് കേട്ടതോടെ പ്രകൃതിയെക്കുറിച്ച് അദ്ദേഹത്തിന് നല്ലൊരു ധാരണയുണ്ടായി: പ്രകൃതി ചിട്ടയായ ക്രമത്തോടെയാണ് പ്രവർത്തിക്കുന്നത് - അദൃശ്യമായ നിയമങ്ങളുടെ ബലത്തിൽ. ഈ നിയമങ്ങൾക്ക് പ്രത്യേകമായ ഒരു ഭാഷയുണ്ട്. അതാണ് ഗണിത ഭാഷ. പിൽക്കാലത്ത് ഗലീലിയോ എഴുതി:

“പ്രകൃതിയെ മനസ്സിലാക്കാൻ അതിന്റെ ഭാഷ നാം അറിഞ്ഞിരിക്കേണ്ടതുണ്ട്. പ്രകൃതിയുടെ പുസ്തകമെഴുതിയിരിക്കുന്നത് ഗണിത ഭാഷയിലാണ്. അതിലെ അക്ഷരങ്ങളാണ് ത്രികോണങ്ങളും വൃത്തങ്ങളും മറ്റു ജ്യാമിതീയ രൂപങ്ങളും.”

ഗലീലിയോവിന്റെ ശ്രദ്ധ ഇപ്പോൾ ഗണിതപഠനത്തിലേക്കായി. മറ്റുള്ളവർ ശ്രദ്ധിക്കാത്ത പല കാര്യങ്ങളും അദ്ദേഹം ശ്രദ്ധിച്ചു. ഒരു ദിവസം അദ്ദേഹം കത്തീഡ്രലിൽ പോയപ്പോൾ,

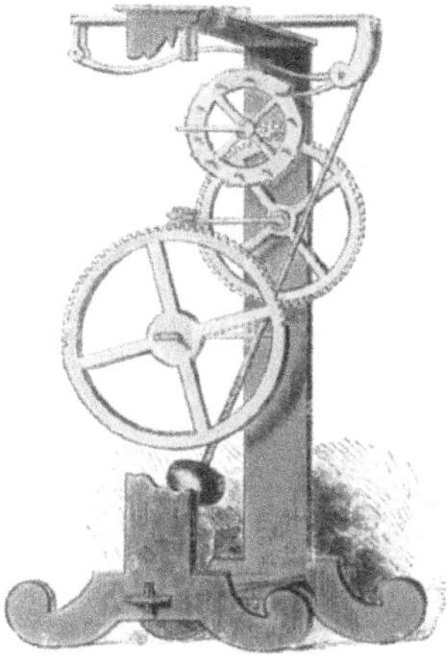

പെൻഡുലം ക്ലോക്ക്

അവിടത്തെ മച്ചിൽനിന്ന് താഴേക്കു തൂങ്ങിനിൽക്കുന്ന ഒരു വിളക്കിൽ അദ്ദേഹത്തിന്റെ കണ്ണുടക്കി. ആരോ ഒരാൾ വിളക്കു ശരിയാക്കുകയായിരുന്നു. ശരിയാക്കിക്കഴിഞ്ഞപ്പോൾ അയാൾ ആ വിളക്ക് വായുവിൽ ആട്ടിവിട്ടു. കൃത്യമായൊരു താളത്തോടെയാണ് വിളക്ക് ഊയലാടുന്നതെന്ന് ഗലീലിയോ മനസ്സിലാക്കി. തന്റെ നാഡീസ്പന്ദനമുപയോഗിച്ച് അദ്ദേഹം വിളക്കിന്റെ ചിട്ടയായ ആട്ടം അളന്നു. ആട്ടം ചെറുതായിച്ചെറുതായി വരുന്നതും അദ്ദേഹം ശ്രദ്ധിച്ചു. എങ്കിലും, മുന്നോട്ടും പിന്നോട്ടുമുള്ള വിളക്കിന്റെ ഊഞ്ഞാലാട്ടത്തിന്റെ സമയം ഒന്നുതന്നെയാണെന്ന് അദ്ദേഹം കണ്ടു.

ഈ ഒരാശയം, മുറിയിൽ തിരിച്ചുവന്നപ്പോൾ, അദ്ദേഹം പരീക്ഷിച്ചുനോക്കി. കണ്ട കാര്യം നേരാണോയെന്ന് അദ്ദേഹത്തിന് ഉറപ്പാക്കേണ്ടതുണ്ടായിരുന്നു. കാര്യം ശരിയായിരുന്നു - ഓരോ തവണയും. പെൻഡുലം എത്ര വേഗത്തിൽ ആടിയാലും, മെല്ലെ ആടിയാലും ഒരു വട്ടം പൂർത്തിയാക്കുന്നതിനെടുക്കുന്ന സമയം ഒന്നു തന്നെ. അന്ന് ഗലീലിയോവിന് പത്തൊമ്പതു വയസ്സായിരുന്നു. പത്തൊമ്പതാമത്തെ വയസ്സിൽ അദ്ദേഹം ഒരു ഗണിതനിയമം കണ്ടു പിടിച്ചു - പെൻഡുലനിയമം - the law of pendulum.

ആശയങ്ങൾ പരീക്ഷിച്ചുനോക്കുകയെന്നത് ഇന്ന് ശാസ്ത്രജ്ഞരുടെ ഇടയിൽ സർവ്വസാധാരണമാണ്; ഗലീലിയോവിന്റെ കാലത്ത് അല്ല. അത്തരമൊരു സമീപനം ആദ്യമായ് പ്രാവർത്തികമാക്കിയത് ഗലീലിയോവാണ്. ഈ സമീപനത്തെയാണ് 'ശാസ്ത്രീയ സമീപനം' എന്നു പറയുന്നത്. ശാസ്ത്രീയ സമീപനം ആദ്യമായ് തുടങ്ങിവെച്ച ആളെന്ന നിലയിൽ നാമിന്ന് ഗലീലിയോവിനെ "ആധുനികശാസ്ത്രത്തിന്റെ പിതാവ്" എന്നു വിളിക്കുന്നു.

ഗണിതശാസ്ത്രത്തിൽ രസം കയറിയപ്പോൾ, ഗലീലിയോ വൈദ്യശാസ്ത്രത്തിൽ പിന്നോക്കമായി. വൈദ്യത്തിൽ അദ്ദേഹത്തിന്, സത്യം പറഞ്ഞാൽ, അത്ര വലിയ കമ്പമൊന്നുമുണ്ടായിരുന്നില്ല. 1585 ആയപ്പോൾ അദ്ദേഹം സർവ്വകലാശാല വിട്ടു - ബിരുദമൊന്നുമെടുക്കാതെ. നാലുകൊല്ലമാണ് അദ്ദേഹം പീസാ സർവ്വകലാശാലയിൽ കഴിച്ചുകൂട്ടിയത്.

ബിരുദമില്ലാതെ വീട്ടിലെത്തിയ ഗലീലിയോ കുട്ടികൾക്ക് കണക്കിൽ ട്യൂഷനെടുക്കാൻ തുടങ്ങി. ഇടക്ക് അദ്ദേഹം പൊതുവേദികളിൽ ചില പ്രഭാഷണങ്ങളും നടത്തി. ട്യൂഷ്യനും പ്രഭാഷണവും മാത്രല്ല, സ്വന്തമായ ഗവേഷണവും അദ്ദേഹം ഇക്കാലത്ത് ചെയ്തു. കുട്ടിക്കാലത്തെന്നപോലെ, പതിയ പുതിയ കണ്ടുപിടുത്തങ്ങളും

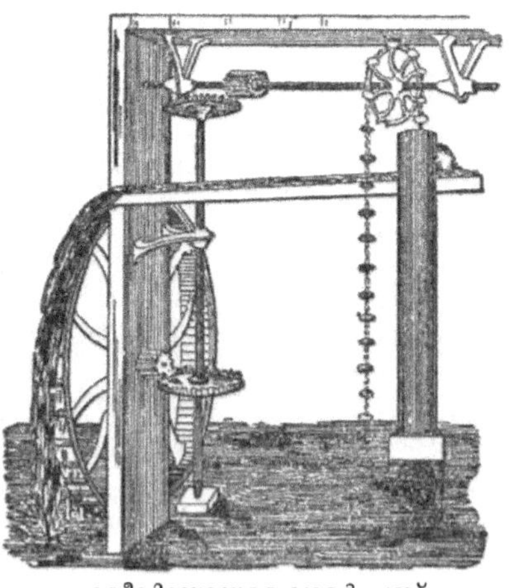

ഗലീലിയോയുടെ വാട്ടർ പമ്പ്

അദ്ദേഹത്തിന്റെ വകയായുണ്ടായി. വെള്ളത്തിന്റെ ഗുണഗണ ങ്ങളെക്കുറിച്ച് അദ്ദേഹം ഗാഢമായ് ആലോചിക്കുമായിരുന്നു. ജലോപരിതലത്തിൽ വസ്തുക്കളെ ഒഴുകാൻ സഹായിക്കുന്ന ശക്തിയെന്താണ്? വെള്ളച്ചാട്ടം ഉണ്ടാകുന്നതെങ്ങനെ? ഇത്തരം ചോദ്യങ്ങൾ അദ്ദേഹത്തെ ഒരു പമ്പ് കണ്ടുപിടിക്കുന്നതിലേക്കു നയിച്ചു. പമ്പ് കർഷകർക്ക് വലിയ പ്രയോജനം ചെയ്തു - പുഴയിൽ നിന്ന് വെള്ളമെടുത്ത് വിളകൾ നനക്കുന്നതിന്.

പമ്പുണ്ടാക്കിയതിനുശേഷം ഗലീലിയോ മറ്റൊന്നു കണ്ടുപിടിച്ചു – ഒരു കൊച്ചു തുലാസ്. തുലാസിന്റെ ഒരു തട്ട് വെള്ളത്തിലായിരിക്കും; മറ്റേത് വായുവിലും. സ്വർണ്ണവ്യാപരികൾക്ക് തുലാസ് നന്നേ ബോധിച്ചു. മിശ്രിത ലോഹത്തിനും സ്വർണ്ണത്തിനും വായുവിൽ ഒരേ ഭാരമായിരിക്കും. പക്ഷേ, വെള്ളത്തിൽ സ്വർണ്ണത്തിന് ഭാരം കൂടും. മിശ്രിതലോഹങ്ങൾക്കകത്ത് വെള്ളിയും സ്വർണ്ണവും എത്രയുണ്ടെന്ന് കൃത്യമായറിയാൻ തുലാസ് സ്വർണ്ണവ്യാപാരികളെ സഹായിച്ചു. തുലാസ് കണ്ടുപിടിച്ചതിനു പിന്നാലെ, അതിനെ ഉപോദ്ബലകമാക്കി, ഗലീലിയോ തന്റെ ആദ്യത്തെ പുസ്തകമെഴുതി. പുസ്തകത്തിന്റെ പേര്? കൊച്ചു തുലാസ്.

ഗലീലിയോയുടെ തുലാസ്

ഗലീലിയോവിന്റെ അസാധാരണമായ കണ്ടുപിടുത്തങ്ങളെക്കുറിച്ചുള്ള വാർത്ത ഇറ്റലി മുഴുവൻ പരന്നു. 1589-ൽ പീസാ സർവ്വകലാശാല അദ്ദേഹത്തെ വിളിച്ചു – ഒരു ജോലി കൊടുക്കാൻ. ജോലി മറ്റൊന്നുമല്ല, കണക്ക് പഠിപ്പിക്കൽ. എന്തൊരു ഭാഗ്യം, അല്ലേ? നാലുകൊല്ലം മുമ്പ് ഇതേ സർവ്വകലാശാലയിൽനിന്നാണ് ബിരുദമില്ലാതെ ഗലീലിയോ പുറത്തിറങ്ങിയത്. അതേ സർവ്വകലാശാലയിൽ ഇപ്പോൾ അദ്ദേഹം പ്രഫസറായിരിക്കുന്നു!

ഗലീലിയോയുടെ ടെലിസ്കോപ്പ്

നിഷേധി

പീസാ സർവ്വകലാശാലയിലെ ഈ പുതിയ പ്രഫസർ കുഴപ്പക്കാരനായിരുന്നു. പ്രഫസർമാർക്ക് അന്ന് പ്രത്യേക വേഷമുണ്ട് - ളോഹ പോലെ നീണ്ട ഒരു കറുത്ത കുപ്പായം. അതണിയുന്നത് ഒരഭിമാനമായാണ് സർവ്വരും കണ്ടിരുന്നത്. പക്ഷേ, ആ വേഷം ധരിച്ച വരാൻ ഗലീലിയോ കൂട്ടാക്കിയില്ല. ആ കുപ്പായമിടുന്നത് മണ്ടത്തരമായാണ് അദ്ദേഹത്തിനു തോന്നിയത്; ഒരു ശല്യമായും. ഇതൊന്നും പോരാഞ്ഞ്, മൂപ്പരതിനെക്കുറിച്ചൊരു കവിതയുമെഴുതി – നീളത്തിലൊരു പരിഹാസപദ്യം. അധികൃതർക്കതുകേട്ട് ചിരിയല്ല വന്നത്; ക്രോധമാണ് വന്നത്. അവർ ഗലീലിയോവിന്റെ ശമ്പളം പിടിച്ചുവെച്ചു.

അരിസ്റ്റോട്ടിലിന്റെ പാഠങ്ങളാണ് പീസായിൽ പഠിപ്പിച്ചിരുന്നത് – പീസായിൽ മാത്രമല്ല, യൂറോപ്പിലെങ്ങും. അരിസ്റ്റോട്ടിലിനെ ഓർമ്മയുണ്ടല്ലോ? ബി.സി. 384 മുതൽ 322 വരെ ജീവിച്ചിരുന്ന യവനചിന്തകൻ. അദ്ദേഹം നിരവധി വിഷയങ്ങളെപ്പറ്റി എഴുതിയിരുന്നു. അവയിൽ കണക്കും ശാസ്ത്രവും പെടും. പ്രപഞ്ചത്തിലെ എന്തിനെക്കുറിച്ചും അങ്ങേർക്ക് ഉത്തരമുണ്ടായിരുന്നു. അങ്ങേരുടെ ഈ ഉത്തരങ്ങളാണ് ഗലീലിയോവിന് ക്ലാസ്സിൽ പഠിപ്പിക്കേണ്ടിയിരുന്നത്. പക്ഷേ, ആ ഉത്തരങ്ങളെ അദ്ദേഹം മനസ്സിൽ ചോദ്യം ചെയ്തുകൊണ്ടേയിരുന്നു.

ചെരിയും ഗോപുരത്തിലെ പരീക്ഷണം

ഒരുദാഹരണം നോക്കാം. ഭാരമുള്ള വസ്തുക്കൾ ഭാരമില്ലാത്തവയെക്കാൾ വേഗത്തിലാണ് താഴോട്ടു വീഴുകയെന്നാണ് അരിസ്റ്റോട്ടിൽ പറഞ്ഞത്. ഒരു രണ്ടായിരം കൊല്ലത്തോളം അതാരും ചോദ്യം ചെയ്തിരുന്നില്ല. പറഞ്ഞത് അരിസ്റ്റോട്ടിൽ അല്ലേ? ശരിയാകാനേ തരമുള്ളൂ. ഒരു ചുറ്റികയും തൂവലും ഒന്നിച്ചു താഴേക്കിട്ടാൽ തൂവലിനേക്കാൾ വേഗത്തിൽ ചുറ്റികയല്ലേ നിലത്തെത്തുക? സാമാന്യബുദ്ധി പറയുന്നത് അതല്ലേ? പക്ഷേ, ഗലീലിയോ ആലിപ്പഴങ്ങൾ വീഴുന്നത് കണ്ടിട്ടുണ്ട്. പല വലുപ്പത്തിലുള്ള ആലിപ്പഴങ്ങൾ നിലത്തെത്തുന്നത് ഒരേ സമയത്താണ്. എല്ലാ വസ്തുക്കളും, ഭാരമുള്ളവയും ഇല്ലാത്തവയും, ഒരേ വേഗത്തിലാകണം താഴേക്ക് വീഴുന്നത്. ഗലീലിയോവിനത് ഉറപ്പായി. പക്ഷേ, മറ്റുള്ള വിദ്വാന്മാർ അദ്ദേഹത്തെ പരിഹസിച്ചു. സാമാന്യബുദ്ധിക്കു നിരക്കാത്ത കാര്യമല്ലേ ഈ പ്രഫസർ പറയുന്നത്? അതല്ലാ, അരിസ്റ്റോട്ടിലിനെ വെല്ലുവിളിക്കാൻ ഇയാളാരാ?

സംഗതി പരീക്ഷിക്കാൻ ഗലീലിയോ തീരുമാനിച്ചു. വളരെ പ്രസിദ്ധി നേടിയ ഒരു പരീക്ഷണമാണത്. പീസായിലെ ചെരിയും

ഗോപുരമുണ്ടല്ലോ? ആ ഗോപുരമുകളിലേക്ക് അദ്ദേഹം ഒരു പറ്റം പ്രഫസർമാരെയുംകൂട്ടി കയറി. ഒരു പീരങ്കിയുണ്ടയും ഈയത്തിന്റെ മറ്റൊരുണ്ടയും അദ്ദേഹം കയ്യിൽപ്പിടിച്ചിരുന്നു. പീരങ്കിയുണ്ടയുടെ ഭാരം, പത്തു പൌണ്ട്; ഈയയുണ്ടയുടെ ഭാരം, ഒരു പൌണ്ട്. അരിസ്റ്റോട്ടിലിന്റെ സിദ്ധാന്തപ്രകാരം, പീരങ്കിയുണ്ട ഈയയുണ്ട യേക്കാൾ പത്തിരട്ടി വേഗത്തിൽ നിലം പതിക്കണം. രണ്ടുണ്ടകളും കൂടി ഗലീലിയോ ഒരേ നേരത്ത് താഴേക്കിട്ടു. ഏകദേശം ഒരേ സമയത്താണ് രണ്ടും താഴേക്കെത്തിയത്. വായുവിന്റെ ഘർഷണം സമയത്തിൽ ഇത്തിരി വ്യത്യാസം വരുത്തിയെന്നേയുള്ളൂ.

ഗലീലിയോ തന്റെ സംശയം ശരിയാണെന്ന് സ്ഥാപിച്ചു. പക്ഷേ, മറ്റുള്ളവർ അതിനെ അങ്ങനെയല്ല കണ്ടത്. കുഴപ്പമുണ്ട ക്കാൻ ഇറങ്ങിത്തിരിക്കുന്ന ഒരാളാണ് ഗലീലിയോവെന്നതിനുള്ള തെളിവായാണ് അവരീ പരീക്ഷണത്തെ കണ്ടത്. എങ്കിലും, വിദ്യാർത്ഥികൾക്ക് അങ്ങേരെ വല്ലാത്ത ഇഷ്ടമായിരുന്നു. അദ്ദേഹം അവരെ രസിപ്പിച്ച് പഠിപ്പിക്കുന്ന ആളാണല്ലോ. സൂചികുത്താൻ സ്ഥലമില്ലാത്തത്ര വിദ്യാർത്ഥികൾ അദ്ദേഹത്തിന്റെ ക്ലാസ്സിലുണ്ടാ കും. ചിലപ്പോൾ, ക്ലാസ്സിലേക്ക് പ്രഫസർമാരും വരും – ക്ലാസ്സ കേൾക്കാനല്ല, ഗലീലിയോവിനെ കൂവാൻ.

അപ്പോളോ -15

ഗലീലിയോവിന്റെ സിദ്ധാന്തം ശരിയാണെന്ന് 1972-ൽ വീണ്ടും തെളിഞ്ഞു.'അപ്പോളോ-15'-ൽ ബഹിരാകാശത്തേക്ക് പോയ ഡേവിഡ് സ്കോട്ടാണ് അതു തെളിയിച്ചത്. സ്കോട്ട്, ജിം ഇർവിനൊപ്പം, ചന്ദ്രനിലേക്കാണ് പോയത്. ചന്ദ്രനിലിറങ്ങിയപ്പോൾ സ്കോട്ട് ഒരു പണി ചെയ്തു. അദ്ദേഹം ഒരു ചുറ്റികയും തൂവലും താഴേക്കിട്ടു. ഏതായിരിക്കും ആദ്യം വീഴുക? ഭൂമിയല്ലല്ലോ ചന്ദ്രൻ? ഭൂമിയിൽ വസ്തുക്കൾക്ക് ഘർഷണമേകാൻ വായുവുണ്ട്; ചന്ദ്രനിലില്ല. സ്കോട്ട് താഴേക്ക് വിട്ട ചുറ്റികയും തൂവലും ഒരേ നേരത്താണ് തറയിലെത്തിയത്. 370 കൊല്ലങ്ങൾക്ക് മുമ്പ് ഗലീലിയോവും ഇതു തന്നെയല്ലേ പറഞ്ഞത്? സ്കോട്ട് നാസ (NASA)യിലേക്ക് ഫോൺ ചെയ്തു:

"മിസ്റ്റർ ഗലീലിയോ പറഞ്ഞത് ശരിയാണെന്ന് തെളിഞ്ഞിരിക്കുന്നു."

1591. ഗലീലിയോവിന്റെ സർവ്വകലാശാലയിലെ ഉടമ്പടിയുടെ കാലാവധി തീർന്നു. ജോലി ഇല്ലാതാകുമെന്ന് തീർച്ചയായപ്പോൾ അദ്ദേഹം ജോലി രാജിവെച്ചു. തൊഴിലില്ലാതെ ജീവിക്കുകയെന്നാൽ ഭീകരമാണ്. പോരാത്തതിന്, ഗലീലിയോവിന്റെ അച്ഛൻ മരിച്ചിരിരുന്നു. അമ്മയുണ്ട്; രണ്ട് ഇളയ സഹോദരിമാരുണ്ട്; ഒരു സഹോദരനുമുണ്ട്. ഇവരെയെല്ലാം പരിപാലിക്കേണ്ടതാരാ? ഗലീലിയോ തന്നെ. കുടുംബത്തെ നോക്കാൻ ഒരു ജോലിയുണ്ടായേ പറ്റൂ. എവിടെക്കിട്ടും ഒരു ജോലി?

ഭാഗ്യത്തിന്, ഗലീലിയോവിന് അധികം കാത്തിരിക്കേണ്ടി വന്നില്ല. പാദുവ (Padua) സർവ്വകലാശാല അദ്ദേഹത്തെ നിയമിച്ചു – ഗണിതാദ്ധ്യാപകനായി. അവിടത്തെ ശമ്പളം പീസായിലുണ്ടായിരുന്നതിനെക്കാൾ മികച്ചതായിരുന്നു. അതു മാത്രമല്ല, അവിടെ ചിന്തകൾക്ക് വിലങ്ങില്ലായിരുന്നു. തുറന്ന മന:സ്ഥിതിയുള്ള സ്വതന്ത്ര കലാശാല. സ്വതന്ത്ര ചിന്തകനായ ഒരുജ്ജ്വല ബുദ്ധിജീവിക്ക് പറ്റിയ ഇടം.

പാദുവയിലേക്ക് പോകുമ്പോൾ ഗലീലിയോ പാപ്പരായിരുന്നു. കുതിരപ്പുറത്തു പോകാൻപോലും അദ്ദേഹത്തിന്റെ കയ്യിൽ പണമില്ലായിരുന്നു. നടന്നാണ് അദ്ദേഹം പോയത് – നൂറു നാഴിക നടന്ന്.

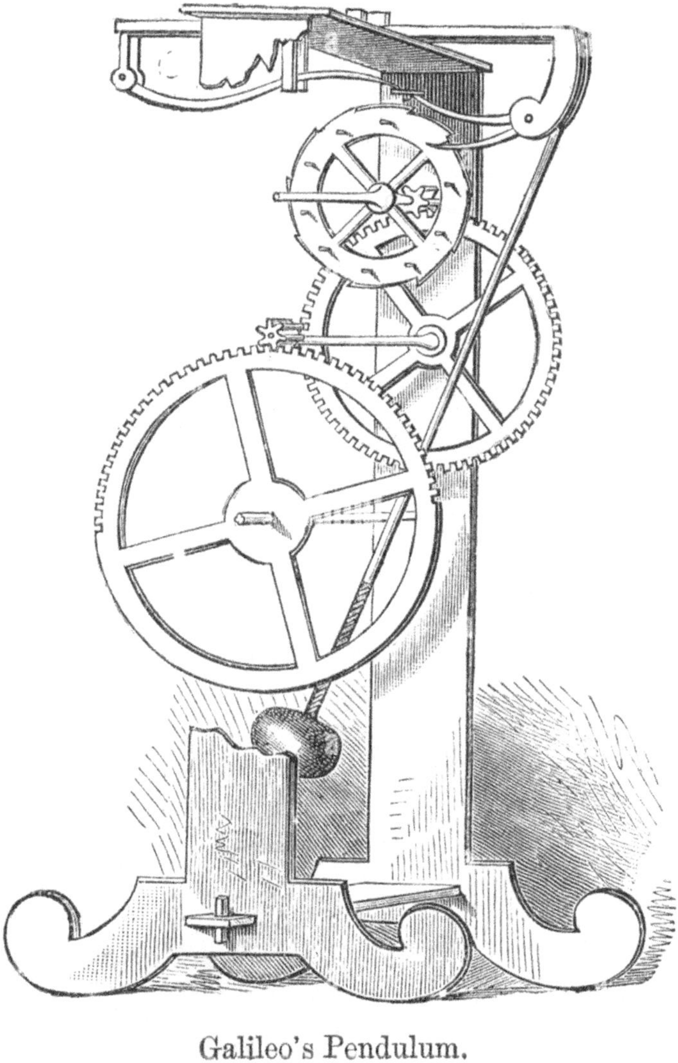

Galileo's Pendulum.

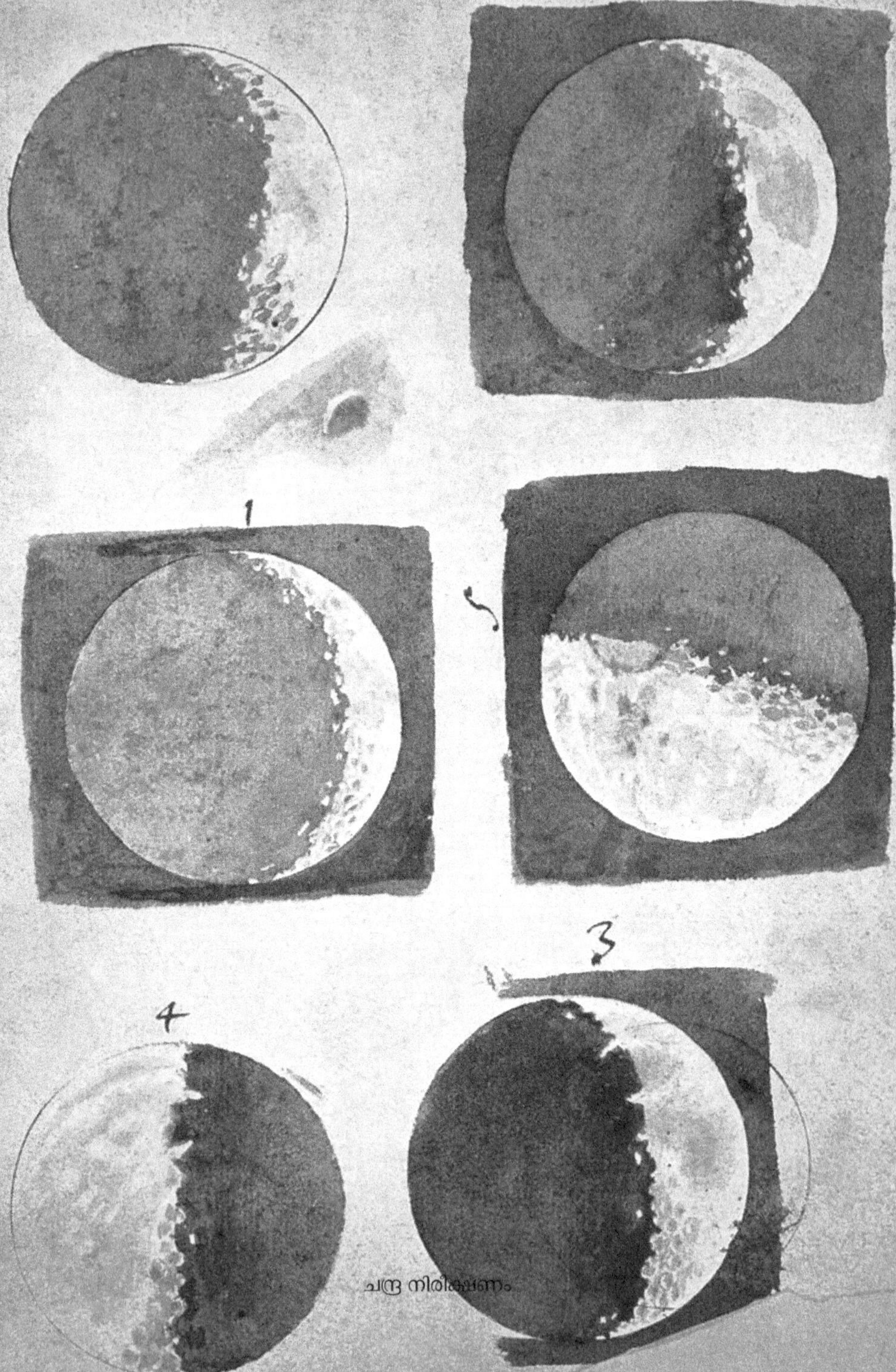

ചന്ദ്ര നിരീക്ഷണം

പാദുവയിലെ ആനന്ദ വേളകൾ

വെനീസിനടുത്താണ് പാദുവ. ഇന്നത്തെപ്പോലെ ഒരൊറ്റ രാജ്യമായിരുന്നില്ലാ ഇറ്റലി അന്ന്; കുറേ നഗരഭരണകൂടങ്ങളുടെ സമുച്ചയമായിരുന്നു. ഓരോ നഗരത്തിനും ഒരു തലസ്ഥാനനഗരിയുണ്ടാകും; തലസ്ഥാനത്തിനു ചുറ്റും കൊച്ചുകൊച്ചു ഗ്രാമങ്ങളും. നഗരങ്ങൾക്കെല്ലാം വെവ്വേറെ തലവന്മാരാണ്. അവയുടെ ഭരണകൂടങ്ങളും വെവ്വേറെയാണ്. ഇറ്റലിയിൽ പ്രധാനമായും മൂന്നു തലസ്ഥാനനഗരികളാണുണ്ടായിരുന്നത് - വെനീസ്, ഫ്ലോറൻസ്, റോം. വെനീസ് സമ്പന്നമായൊരു തുറമുഖനഗരമാണ്; കപ്പലുകൾ വന്നും പോയുമിരിക്കുന്ന ദേശം. റോം ഭരിക്കുന്നത് പോപ്പാണ് - കത്തോലിക്കാ സഭയുടെ തലവൻ. നവോത്ഥാനകാലത്ത് കല സമൃദ്ധമായിരുന്ന നഗരമാണ് ഫ്ലോറൻസ് - മൈക്കലാഞ്ചലോയും ഡാ വിഞ്ചിയും വസിച്ചിരുന്ന നഗരം.

വെനീസിനടുത്തുള്ള പാദുവയിൽ ഗലീലിയോ എത്തുമ്പോൾ അദ്ദേഹത്തിന് വയസ്സ് ഇരുപത്തിയെട്ട്. പാദുവ സർവ്വകലാശാല അദ്ദേഹത്തെ ഗണിതവിഭാഗത്തിന്റെ തലവനാക്കി നിയമിച്ചു. നിയമനം അടുത്ത പതിനെട്ടു വർഷത്തേക്കായിരുന്നു. പ്രായമേറെ ചെന്നപ്പോൾ ഗലീലിയോ പാദുവയിലെ തന്റെ ദിനങ്ങളിലേക്ക് തിരിഞ്ഞു നോക്കുമായിരുന്നു - തനിക്ക് അത്യാനന്ദം പകർന്നുതന്ന ദിനങ്ങളിലേക്ക്.

പാദുവ സർവ്വകലാശാല

യൂറോപ്പിൽനിന്നുള്ള കുലീനരായ ചെറുപ്പക്കാരൊക്കെ പാദുവയിൽ പഠിക്കാനെത്തുമായിരുന്നു. അവർക്കൊക്കെ ഗലീലിയോ ഒരത്ഭുതമായിരുന്നു. സ്വന്തം വീടുകളിലേക്ക് തിരിച്ചു പോയപ്പോൾ, അവർ ഗലീലിയോവിനെക്കുറിച്ചും അദ്ദേഹത്തിന്റെ ആശയങ്ങളെക്കുറിച്ചുമുള്ള കഥകൾ ഒപ്പം കൊണ്ടുപോയി. ഗലീലിയോവിന്റെ കീർത്തി വാനോളം പൊങ്ങുകയായിരുന്നു. പാദുവയിൽ ഗലീലിയോവിന് ഒരു സുഹൃദ് വലയവുമുണ്ടായി - അക്കാലത്തെ മഹാമനസ്സുകളുടെ ഒരു വലയം. വെനീസ് അടുത്തായിരുന്നതിനാൽ ഗലീലിയോ പലപ്പോഴും അവിടേക്ക് പോകുമായിരുന്നു. തോണിയിലാണ് സഞ്ചാരം. കനാലുകളുടെ നഗരമാണ് വെനീസ്. അവിടെ യാത്രക്ക് റോഡുകളില്ല. ജലമാർഗ്ഗമേ സഞ്ചാരം സാദ്ധ്യമാകൂ. വെനീസിലെ കൊട്ടാരങ്ങളാകട്ടെ, സുന്ദരമായ കലാസൃഷ്ടികൾ നിറഞ്ഞതായിരുന്നു.

വെനീസിൽവെച്ചാണ് ഗലീലിയോ മരീനാ ഗാമ്പയെ (Marina Gamba) കണ്ടത്. അവർ പ്രേമബദ്ധരായി. ഗാമ്പ ജാതിയിൽ താഴ്ന്നവളായിരുന്നു. അതുകൊണ്ട്, അവരെ കല്യാണം കഴിക്കുന്നത് ഗലീലിയോവിന് പ്രയാസമുള്ള കാര്യമായി. ജാതി മാത്രമായിരുന്നില്ല

മരീനാ ഗാമ്പ (Marina Gamba)

പ്രശ്നം. അക്കാലത്ത് പ്രഫസർമാർക്ക് വിവാഹം നിഷിദ്ധമായിരുന്നു. അവരുടെ ജീവിതം പൂർണ്ണമായും ജോലിക്കർപ്പിക്കേണ്ടതാണ്. എങ്കിലും, ഗലീലിയോ ഗാമ്പയുമായുള്ള ബന്ധം വിട്ടില്ല. അതു ഗാഢമായി. അവർക്ക് കുട്ടികളുണ്ടാവുകയും ചെയ്തു.

അവരുടെ ആദ്യത്തെ കുട്ടി പിറന്നത് 1600-ലാണ് -ഒരു പെൺകുട്ടി; പേര്, വിർജീനിയ. 1601-ൽ രണ്ടാമത്തെ മകളും ജനിച്ചു - ലിവിയ. പിന്നാലെ വന്നത് ഒരു മകനാണ് - വിൻചെൻസൊ. ഗലീലിയോവിന്റെ അച്ഛന്റെ പേരും വിൻചെൻസോ എന്നായിരുന്നല്ലോ. ഓർമ്മയില്ലേ?

മരീനയേയും കുട്ടികളേയും ഗലീലിയോ നന്നായി നോക്കി. അദ്ദേഹം അവരെ സർവ്വകലാശാലക്കടുത്തുള്ള ഒരു വീട്ടിലാണ് പാർപ്പിച്ചത്. അഞ്ചു മിനിട്ടു നടന്നാൽ വീട്ടിലെത്താം. കുടുംബവുമായ് കൂടുതൽ സമയം ചെലവഴിക്കാനാണ് അദ്ദേഹം അവരെ സമീപത്തു തന്നെ പാർപ്പിച്ചത്. ഗലീലിയോ പാദുവ വിട്ടപ്പോൾ, മരീനയും അദ്ദേഹത്തെ വിട്ടുപോയി. അവർ മറ്റൊരാളെ വിവാഹം

കഴിച്ചു. പക്ഷേ, ഗലീലിയോവുമായുള്ള അവരുടെ സൗഹൃദത്തിൽ യാതൊരു കുറവുമുണ്ടായില്ല.

പാദുവയിലെ ദിനങ്ങൾ ഗലീലിയോവിന് ആനന്ദകരമായിരുന്നുവെന്ന് പറഞ്ഞു. പക്ഷേ, അവിടെവെച്ച് അദ്ദേഹം മരിക്കേണ്ടതായിരുന്നു. അതൊരു ചൂടുള്ള ദിവസമായിരുന്നു. ഭൂഗർഭത്തിലുള്ള ഒരു മുറിയിൽ ഗലീലിയോവും ചങ്ങാതിമാരും വിശ്രമിക്കാൻ തീരുമാനിച്ചു. അടുത്തുള്ള ഒരു മലയിലെ ഗുഹയിൽനിന്ന് പൈപ്പുവഴി മുറിയിലേക്ക് തണുത്ത കാറ്റ് കടന്നു വരുന്നുണ്ടായിരുന്നു. എങ്ങനെയാണെന്നറിയില്ല, ഗുഹയിൽനിന്ന് പൈപ്പിലേക്ക് ഏതോ വിഷവാതകം കയറിക്കൂടി. ഭൂഗർഭമുറിക്കകത്ത് ഗലീലിയോ അടക്കം മൂന്നുപേരാണുണ്ടായിരുന്നത്. മൂന്നു പേരും രോഗബാധിതരായി. അടുത്തദിവസം, മൂന്നിലൊരാൾ മരിച്ചു. രണ്ടാമത്തെ ദിവസം രണ്ടാമതൊരാളും. ഗലീലിയോ രക്ഷപ്പെട്ടു. പക്ഷേ, ആയുഷ്കാലം മുഴുവൻ രോഗം അദ്ദേഹത്തെ വേട്ടയാടി. ചിലപ്പോൾ, ആഴ്ചകളോളം അദ്ദേഹത്തിന് കിടക്ക വിടാൻ പറ്റുമായിരുന്നില്ല.

വീട്ടു തടങ്കലിൽ

ഗലീലിയോയുടെ വിചാരണ

ആവിഷ്കാരങ്ങൾ

ഗലീലിയോവിന് പണം ഒരു പാട്ട വേണ്ടി വന്നു. അമ്മയെ നോക്കണം; സഹോദരങ്ങളെ നോക്കണം; അവരെക്കൂടാതെ, ഇപ്പോൾ ഭാര്യയുണ്ട്; കുട്ടികളുണ്ട്. അവരേയും നോക്കണമല്ലോ? സഹോദരിമാരെ കെട്ടിച്ചയക്കാൻ പണം വേണം. ഇന്നത്തെപ്പോലെ അന്നും സ്ത്രീധനം നിലവിലുള്ള കാലമാണ്. ഒരു സഹോദരിയെ കെട്ടിച്ചയച്ചപ്പോൾ ഗലീലിയോവിന് തന്റെ ഒരു കൊല്ലത്തെ ശമ്പളമാണ് സ്ത്രീധനമായി കൊടുക്കേണ്ടി വന്നത്. പണത്തിന് നല്ല ഞെരുക്കത്തിലായെങ്കിലും ഗലീലിയോ കഷ്ടപ്പെട്ടില്ല. അദ്ദേഹത്തിന്റെ കണ്ടുപിടുത്തങ്ങൾ, ഭാഗ്യത്തിന്, പണം കൊണ്ടുവന്നു.

1579-ൽ ഗലീലിയോ കൈകൊണ്ടുപയോഗിക്കാവുന്ന ഒരു പകരണം കണ്ടുപിടിച്ചു - ജ്യാമിതീയ കമ്പസ്സ് (Geometric Compass). ലോഹത്തിന്റെ രണ്ടു സ്കെയിലുകളാണ് സംഗതി. സ്കെയിൽ നിറയെ അക്കങ്ങളാണ്. കഠിനമായ പല കണക്കുകളും ഈ സ്കെയിലുപയോഗിച്ച് പരിഹരിക്കാം. യൂറോപ്യൻ രാജ്യങ്ങളിലെ വിവിധ തരത്തിലുള്ള നാണയങ്ങളുടെ വിനിമയ നിരക്കു കണക്കാക്കാൻ ബാങ്കർമാർ ഈ സ്കെയിൽ ഉപയോഗിച്ചു. കപ്പലുണ്ടാക്കുന്നവർക്കും ഇതു പ്രയോജനപ്പെട്ടു. അവർക്കുമാത്രമല്ല,

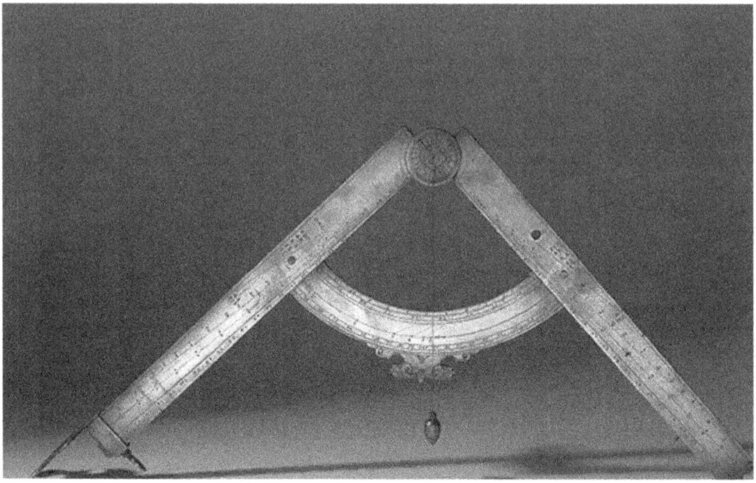

ജ്യാമിതീയ കമ്പസ്സ് (Geometric Compass)

സേനാനായകന്മാർക്കും സ്കെയിൽ ഉപയോഗപ്രദമായി. അതിന് വാണിജ്യമൂല്യമുണ്ടായെന്ന് പ്രത്യേകം പറയേണ്ടല്ലോ.

അടുത്തതായി ഗലീലിയോ ആവിഷ്കരിച്ചത് ഒരു ഉഷ്ണമാപിനിയാണ് - ഇന്നത്തെ തെർമോമീറ്ററിന്റെ ആദിരൂപം. അന്നതിന് തെർമോസ്കോപ്പെന്നായിരുന്നു പേര്. ആളുകൾക്ക് അന്തരീക്ഷോഷ്മാവറിയാൻ ഈ തെർമോസ്കോപ് ഉപകരിച്ചു. സംഗതി ഒരു സ്ഫടികക്കുഴലാണ്. ചൂടുപിടിക്കുമ്പോൾ കുഴലിലെ വെള്ളം മേലോട്ടുയരും. ഇന്നത്തെ തെർമോമീറ്ററിൽ പ്രവർത്തിക്കുന്ന തത്ത്വവും ഇത് തന്നെയാണ് - ഉഷ്ണം കുഴലിലെ ദ്രാവകത്തെ മുകളിലോട്ട് വലിക്കുന്നു.

ഭൗതികശാസ്ത്രത്തിലും ഗലീലിയോ അന്വേഷണങ്ങൾ തുടരുന്നുണ്ടായിരുന്നു. ഭൗതികശാസ്ത്രമെന്നാൽ ദ്രവ്യോർജ്ജങ്ങളുടെ പഠനം. ഭൂമിയിലേക്ക് വീഴുന്ന വസ്തുക്കളെപ്പറ്റിയുള്ള ആലോചന അദ്ദേഹം വിട്ടിരുന്നില്ല. വീഴുമ്പോൾ വസ്തുക്കൾക്ക് വേഗമുണ്ടാകുന്നുവെന്ന് അദ്ദേഹം മനസ്സിലാക്കിയിരുന്നു. പക്ഷേ, ആ വേഗമെത്രയാണ്? അതു കണ്ടുപിടിക്കാൻ ഒരു ഗണിതസൂത്രവാക്യം കണ്ടെത്തണം. അതായി അദ്ദേഹത്തിന്റെ ആലോചന.

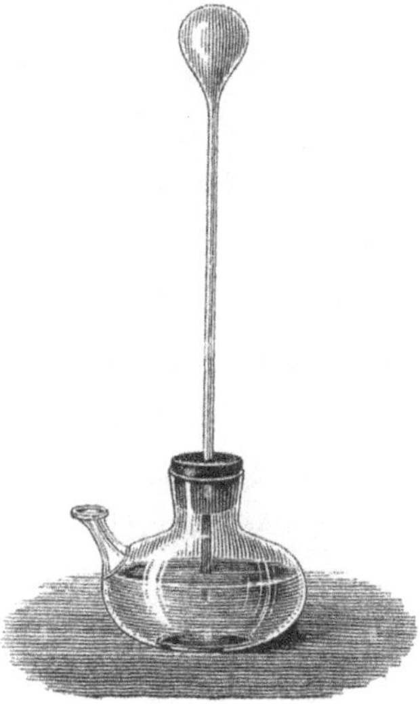

തെർമോസ്കോപ്

വായുവിലൂടെ വസ്തുക്കൾ വീഴുന്നത് കണ്ണടച്ചു തുറക്കുന്ന വേഗത്തിലാണ്. അവയുടെ വേഗമളക്കുക അത്ര അനായാസമല്ല. വസ്തുക്കളുടെ വേഗം കുറഞ്ഞാലേ അവയെടുക്കുന്ന സമയം കൃത്യമായി കണക്കാക്കാനാകൂ. അതിനുവേണ്ടി അദ്ദേഹം ഒരു ചെരിവു പലകയുണ്ടാക്കി; പലകയിൽ നിശ്ചിത ദൂരങ്ങളിൽ മണികൾ കെട്ടിവെച്ചു. ആ ചെരിവിലൂടെ അദ്ദേഹം ഒരു ലോഹപ്പന്ത് ഉരുട്ടിവിട്ടു. പന്ത് കടന്നുപോകുമ്പോൾ മണികൾ ഒന്നൊന്നായി കിലുങ്ങി. ഒരു നിശ്ചിത ദൂരം കടക്കാൻ പന്ത് എത്ര സമയമെടുക്കുന്നുവെന്ന്, അത് വഴി, ഗലീലിയോ കണക്കുകൂട്ടി. കുറേ പ്രാവശ്യം ഇങ്ങനെ പരീക്ഷണം നടത്തിയപ്പോൾ അദ്ദേഹത്തിന് സമർത്ഥമായൊരു നിയമമുണ്ടാക്കാൻ കഴിഞ്ഞു. ചെരിവുതലത്തിലൂടെ ഉരുളുന്ന പന്തുകൾ ഒന്ന്, മൂന്ന്, അഞ്ച്, ഏഴ് എന്ന തോതിലാണ് വേഗം പ്രാപിക്കുന്നത്. “ഒറ്റസംഖ്യകളുടെ നിയമം” എന്നാണ് ഗലീലിയോ ഈ നിയമത്തെ വിളിച്ചത്. ചെരിവു തലത്തിന്റെ ചെരിവ് എത്രയായാലും ഈ നിയമം മാറാതെ നിന്നു.

ചലനത്തെക്കുറിച്ച് പരീക്ഷണങ്ങൾ നടത്തിയപ്പോൾ, ഗലീലിയോ അതൊക്കെ കുറിച്ചിട്ടിരുന്നു. ആ കുറിപ്പു മുഴുവൻ

അക്കങ്ങളും ഗ്രാഫുകളും സമവാക്യങ്ങളും നിറഞ്ഞതാണ്. ഒരു പ്രതിഭയുടെ മനസ്സിലേക്ക് തുറക്കുന്ന ജാലകമാണ് ആ കുറിപ്പ്. ഗലീലിയോ ചിന്തിച്ചത് വാക്കുകൾ കൊണ്ടല്ല, അക്കങ്ങൾ കൊണ്ടാണെന്ന് ആ കുറിപ്പ് വ്യക്തമാക്കുന്നു.

1609. ഗലീലിയോ ത്രസിപ്പിക്കുന്ന ഒരു വാർത്ത കേട്ടു. ആരോ ഒരാൾ "ചാരക്കണ്ണട" (spyglass) ഉണ്ടാക്കിയിരിക്കുന്നു. ഈ കണ്ണടയ്ക്ക് ദൂരത്തുള്ള വസ്തുക്കളെ അടുത്തിരിക്കുന്നതായി കാട്ടാൻ പറ്റും. ഈ കൊച്ചുചാരക്കണ്ണട ഗലീലിയോയുടെ ജീവിതത്തെ അടിമുടി മാറ്റി. ആ വാർത്ത കേട്ടപ്പോൾ അങ്ങനെ സംഭവിക്കുമെന്ന് അദ്ദേഹത്തിനൊരു ലാഞ്ഛന പോലുമില്ലായിരുന്നു.

ഗലീലിയോയുടെ ശവകടീരം

ആകാശ ദീപങ്ങളുടെ സാക്ഷി

എ. ഡി. 1200-കൾ മുതൽക്കേ കണ്ണടകൾ പ്രചാരത്തിലുണ്ടായിരുന്നു. പക്ഷേ, ദൂരസ്ഥമായ വസ്തുക്കൾ സമീപത്തായിക്കാണാൻ ആരും കണ്ണടകൾ ഉപയോഗിച്ചിരുന്നില്ല - 1608വരെ. 1608-ൽ ഒരു ഡച്ചുകാരൻ രംഗപ്രവേശം ചെയ്തു - ഹാൻസ് ലിപ്പർഷേ (Hans Lippershey). അദ്ദേഹം ഒരു കുഴലിൽ രണ്ടു ലെൻസുകളിട്ടു നോക്കി. അവയിലൊന്ന് ഉത്തല (convex) ലെൻസായിരുന്നു - പുറത്തേക്ക് വളഞ്ഞിരിക്കുന്ന ലെൻസ് ; മറ്റേത് അവതല (concave) ലെൻസായിരുന്നു - അകത്തേക്ക് വളഞ്ഞിരിക്കുന്ന ലെൻസ്. ഉത്തലലെൻസും അവതലലെൻസുമുള്ള ഈ കുഴലിന് "ചാരക്കണ്ണട"യെന്ന പേരും വീണു. കാരണം, അത് വസ്തുക്കളെ അവയുടെ നാലിരട്ടി വലുപ്പത്തോടെ കാണിച്ചുതരികയുണ്ടായി.

ചന്തയിൽ ചാരക്കണ്ണട ഒരു കളിപ്പാട്ടമായാണെത്തിയത് - വസ്തുക്കളെ വലുതാക്കിക്കാണിക്കുന്ന ഒരു മാന്ത്രികകളിപ്പാട്ടം. ഗലീലിയോ, പക്ഷേ, ഈ വിശേഷപ്പെട്ട കണ്ണടയുടെ പ്രാധാന്യം ഉടനെ മനസ്സിലാക്കി. വെനീസിലെ നാവികപ്പടയ്ക്ക് ശത്രുക്കളുടെ കപ്പലുകളെ ദൂരെനിന്നേ തിരിച്ചറിയാൻ ചാരക്കണ്ണടയ്ക്ക് പറ്റും! തുറമുഖനഗരമായ വെനീസിനു യൂറോപ്പിലെ ഏറ്റവും വലിയ

ഹാൻസ് ലിപ്പർഷേ (Lippershey)

നാവികപ്പടയാണുള്ളത്. ചാരക്കണ്ണാടയുണ്ടായാൽ ആ പട ലോകത്തിലെ മികച്ച പടയാകും.

തന്റേതായ ഒരു ചാരക്കണ്ണാടയുണ്ടാക്കാൻ ഗലീലിയോ പരിശ്രമം തുടങ്ങി. ശ്രമം ചില്ലറയല്ല. സ്ഫടികം പൊടിച്ചരച്ച് മിനുക്കിയെടുത്ത് ലെൻസുണ്ടാക്കണം. കുലങ്കഷമായി ശ്രദ്ധിച്ച ചെയ്യേണ്ട ജോലിയാണത്. കുറച്ചു ദിവസങ്ങൾകൊണ്ട് അദ്ദേഹം ഒരു ചാരക്കണ്ണാട നിർമ്മിച്ചു - ലിപ്പർഷേയുടെ കണ്ണാടയോട് കിടപിടിക്കുന്ന ഒന്ന്. കുറച്ചു ദിവസങ്ങൾകൂടി കഴിഞ്ഞപ്പോൾ, അതിനേക്കാൾ മികച്ചൊരെണ്ണം ഗലീലിയോവിന് ഉണ്ടാക്കാൻ സാധിച്ചു. ഇത്തവണ ആ കണ്ണാടയ്ക്ക് വസ്തുക്കളെ പത്തിരട്ടി വലുപ്പത്തിൽ കാണിക്കാൻ കഴിഞ്ഞു. വെറുമൊരു കളിപ്പാട്ടത്തെ ഗലീലിയോ ഒരു ശാസ്ത്രോപകരണമാക്കി മാറ്റി. ആളുകൾ ആ ഉപകരണത്തെ ടെലസ്കോപ് (telescope) എന്ന് വിളിച്ചു - ദൂരദർശിനി. Tele- എന്നാൽ വിദൂരസ്ഥം; scope എന്നാൽ കാഴ്ച. ദൂരത്തുള്ളതിനെ അടുത്തു കാണിക്കുന്ന ഉപകരണമാണ് telescope.

വെനീസ് ഒരു നഗരഭരണകൂടമായിരുന്നല്ലോ. നഗരം ഭരിച്ചിരുന്നത് സെനറ്റർമാരാണ്. സെനറ്റർമാർ എന്നു പറഞ്ഞാൽ

നിയമസഭാസാമാജികർ . നമ്മൾ എം. എൽ. എ/ എം.പി. എന്നൊക്കെ പറയുന്നവർ. ഗലീലിയോ തന്റെ ടെലസ്കോപ്പ് സെനറ്റർമാരെ കാണിച്ചു. അവരതിലൂടെ കടലിലേക്ക് നോക്കി. എന്തതിശയം! ദൂരെ അദൃശ്യമായിരുന്ന കപ്പലുകൾ അവർ അരികത്ത് കണ്ടു. കരയിലുള്ള മറ്റുള്ളവർക്ക് കാണാൻ പറ്റാത്ത കപ്പലുകൾ സെനറ്റർമാർ വ്യക്തമായ് കണ്ടു. സെനറ്റർമാരുടെ സന്തോഷത്തിന് അതിരില്ലാതായി. ഗലീലിയോ ആ ടെലസ്കോപ്പ് അവർക്ക് നൽകി - ചില്ലിക്കാശ് പകരമായി വാങ്ങാതെ. സെനറ്റർമാർ അടങ്ങിയിരുന്നില്ല. അവർ ഗലീലിയോയുടെ ശമ്പളം കൂട്ടി; പാദുവയിലെ അദ്ദേഹത്തിന്റെ ജോലി സ്ഥിരമാക്കി; മരിക്കുവോളം അവിടെ തുടർന്നോളാൻ പറഞ്ഞു.

വീട്ടിൽ തിരിച്ചെത്തിയ ഗലീലിയോ ടെലസ്കോപ്പ് മെച്ചപ്പെടുത്താനുള്ള പണിയിലായി. അദ്ദേഹം സ്ഫടികച്ചില്ലുകളുടെ ആകൃതിയിൽ വ്യത്യാസം വരുത്തിക്കൊണ്ടിരുന്നു - തൃപ്തിയാവോളം. തൃപ്തിയായപ്പോൾ, എന്താ കഥ? മനുഷ്യനേത്രങ്ങളേക്കാൾ മുപ്പതിരട്ടി ശക്തി കിട്ടി പുതിയ ടെലസ്കോപ്പിന്.

1609-ലെ ആഗസ്റ്റ് മാസത്തിലെ ഒരു രാത്രി. തെളിഞ്ഞ ആകാശം. ആകാശം നിറയെ നക്ഷത്രങ്ങൾ. ഗലീലിയോ ടെലസ്കോപ്പുമായി വീടിനു പിറകിലെ പൂന്തോട്ടത്തിലേക്ക് വന്നു. വസ്തുക്കളെ പത്തിരട്ടി വലുപ്പത്തിൽ കാണിക്കാൻ പറ്റുന്നതാണ് പുതിയ ടെലസ്കോപ്പ്. ഗലീലിയോ ടെലസ്കോപ്പ് ആകാശത്തിലേക്കുയർത്തി. കണ്ണഞ്ചിപ്പിക്കുന്ന കാഴ്ചകളാണ് കണ്ണുകളിലേക്ക് കുതിച്ചെത്തിയത് - അതുവരെ ആരോരും കാണാത്ത അമ്പരപ്പിക്കുന്ന കാഴ്ചകൾ! പച്ചയായ കണ്ണുകൾ കൊണ്ട് കാണാൻ പറ്റാത്തവ. അടുത്ത ചില ആഴ്ചകളിൽ ഗലീലിയോ ടെലസ്കോപ്പിലൂടെ ആകാശം ചുറ്റി നടന്നു. കണ്ടതെല്ലാം അദ്ദേഹത്തെ വിസ്മയിപ്പിച്ചു. ചന്ദ്രനിൽ പർവ്വതങ്ങൾ ഉയർന്നുവരുന്നു! പുത്തൻ നക്ഷത്രങ്ങൾ ദൃഷ്ടിപഥത്തിലേക്ക് ഓടി വരുന്നു! വ്യാഴത്തിനു ചുറ്റും ചന്ദ്രന്മാർ ചുറ്റിക്കറങ്ങുന്നു! രാത്രികളിൽ ഇതായി ഗലീലിയോവിന്റെ വിനോദം - നക്ഷത്രങ്ങളെ നിരീക്ഷിക്കുക. കണ്ണിൽ കാണായതൊക്കെയും അദ്ദേഹത്തിൽ ഭയഭക്തിബഹുമാനം നിറച്ചു.

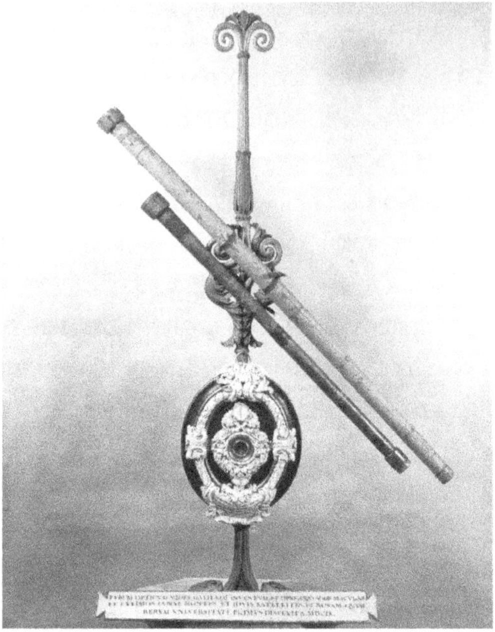

ഗലീലിയോവിന്റെ ടെലസ്കോപ്പ്

"യുഗങ്ങളോളം മറ്റുള്ളവരിൽനിന്ന് മറച്ചുപിടിച്ച ഈ വിസ്മയത്തിന് സാക്ഷിയാകാൻ എന്നെ, എന്നെ മാത്രമാണ് ദൈവം തെരഞ്ഞെടുത്തത്," അദ്ദേഹമെഴുതി.

ചന്ദ്രനെക്കുറിച്ച് കൂടുതലറിയാൻ ഗലീലിയോ ഉത്സാഹിച്ചു. ചന്ദ്രൻ മിനുസമേറിയ ഒരു ഗോളമാണെന്നാണ് അതുവരെ ആളുകൾ കരുതിയിരുന്നത്. അല്ല, അങ്ങനെയാണല്ലോ അരിസ്റ്റോട്ടിൽ പറഞ്ഞിരുന്നത്. അദ്ദേഹം പറഞ്ഞാൽപ്പിന്നെ അപ്പീലില്ലല്ലോ. പക്ഷേ, ചന്ദ്രന്റെ ഉപരിതലം പരുക്കനാണെന്ന് ഗലീലിയോ കണ്ടു. അത് ഭൂമിയെപ്പോലിരിക്കുന്നു! അവിടെ മലകളുണ്ട്, താഴ്വരകളുണ്ട്, അഗാധ ഗർത്തങ്ങളുണ്ട്. ഗലീലിയോവിന് കണക്കറിയാമല്ലോ. അദ്ദേഹം ചന്ദ്രനിലെ മലകളുടെ ഉയരം കണക്കാക്കാൻ ആ അറിവുപയോഗിച്ചു. അതുമാത്രമല്ല, ഓരോ രാത്രിയും താൻ കണ്ട കാഴ്ചകളുടെ രേഖാചിത്രങ്ങളും അദ്ദേഹം വരച്ചുവെച്ചു. വരക്കാൻ ഗലീലിയോ കൊച്ചിലേ സമർത്ഥനായിരുന്നുവെന്ന്

വ്യാഴവും ചന്ദ്രന്മാരും

നമ്മൾ കണ്ടതാണല്ലോ. ചന്ദ്രന് വൃദ്ധിക്ഷയങ്ങളുണ്ടാകുമ്പോൾ അതിലുണ്ടാകുന്ന നിഴലുകളുടെ മാറ്റങ്ങൾ പോലും അദ്ദേഹം വരച്ചുവെച്ചു.

ഒരു മാസം കഴിഞ്ഞില്ലാ, അതിനു മുമ്പ് ജ്യോതിർശാസ്ത്രത്തിലെ ഏറ്റവും വലിയ കണ്ടുപിടുത്തം ഗലീലിയോ നടത്തി. അതുണ്ടായത് 1610 -ജനുവരിയിലാണ്. ആകാശം തെളിഞ്ഞിരുന്ന ഒരു രാത്രിയിൽ അദ്ദേഹം ടെലസ്കോപ് വ്യാഴത്തിനു നേരെ നീട്ടി. വ്യാഴത്തിന് ചുറ്റും രാകിപ്പറക്കുന്ന ആ മൂന്നു തേജോഗോളങ്ങൾ എന്താണ്? നക്ഷത്രങ്ങളാണോ അവ? അടുത്ത രാത്രി അവയെ നോക്കിയപ്പോൾ അവയുടെ സ്ഥാനം മാറിയതായി ഗലീലിയോ കണ്ടു. അപ്പോൾ, അവ നക്ഷത്രങ്ങളല്ല. നക്ഷത്രങ്ങൾ സ്ഥാനം മാറാറില്ലല്ലോ? ഇന്നലെക്കണ്ട അതേ സ്ഥലത്തുതന്നെ അവ ഇന്നും കാണും. ഒരാഴ്ച കഴിഞ്ഞില്ല, വ്യാഴത്തിന്റെ മറുഭാഗത്തും ഗലീലിയോ ഒരു തേജോഗോളത്തെ കണ്ടു. ഈ നാലു ഗോളങ്ങളും വ്യഴത്തെ ഭ്രമണം ചെയ്യുകയാണെന്ന് ഗലീലിയോ മനസ്സിലാക്കി - ചന്ദ്രൻ ഭൂമിയെ ചുറ്റുന്നതുപോലെ. ഭൂമിക്ക് ഒരു ചന്ദ്രനാണുള്ളതെങ്കിൽ, വ്യാഴത്തിന് നാലു ചന്ദ്രന്മാരാണുള്ളത്. വ്യാഴത്തിന്റെ

ചന്ദ്രന്മാരെയാണ് താൻ കണ്ടുപിടിച്ചിരിക്കുന്നത്. സൗരയൂഥത്തിൽ പുതിയതായെന്തെങ്കിലും ആരെങ്കിലും കണ്ടുപിടിച്ചിട്ട് ആയിരത്തഞ്ഞൂറോളം വർഷങ്ങളായി. താനിപ്പോഴിതാ പുതിയൊരെണ്ണം കണ്ടുപിടിച്ചിരിക്കുന്നു!

എട്ടേയെട്ട് ആഴ്ചകൾക്കുള്ളിൽ ഗലീലിയോ അമ്പരിപ്പിക്കുന്നത്രയുമെണ്ണം അംബരരഹസ്യങ്ങൾ വെളിച്ചത്തു കൊണ്ടുവന്നു. ഒരു ജ്യോതിർശാസ്ത്രജ്ഞനും ഇത്രയുമെണ്ണം രഹസ്യങ്ങൾ ഇന്നുവരെ വെളിച്ചത്താക്കിയിട്ടില്ല.

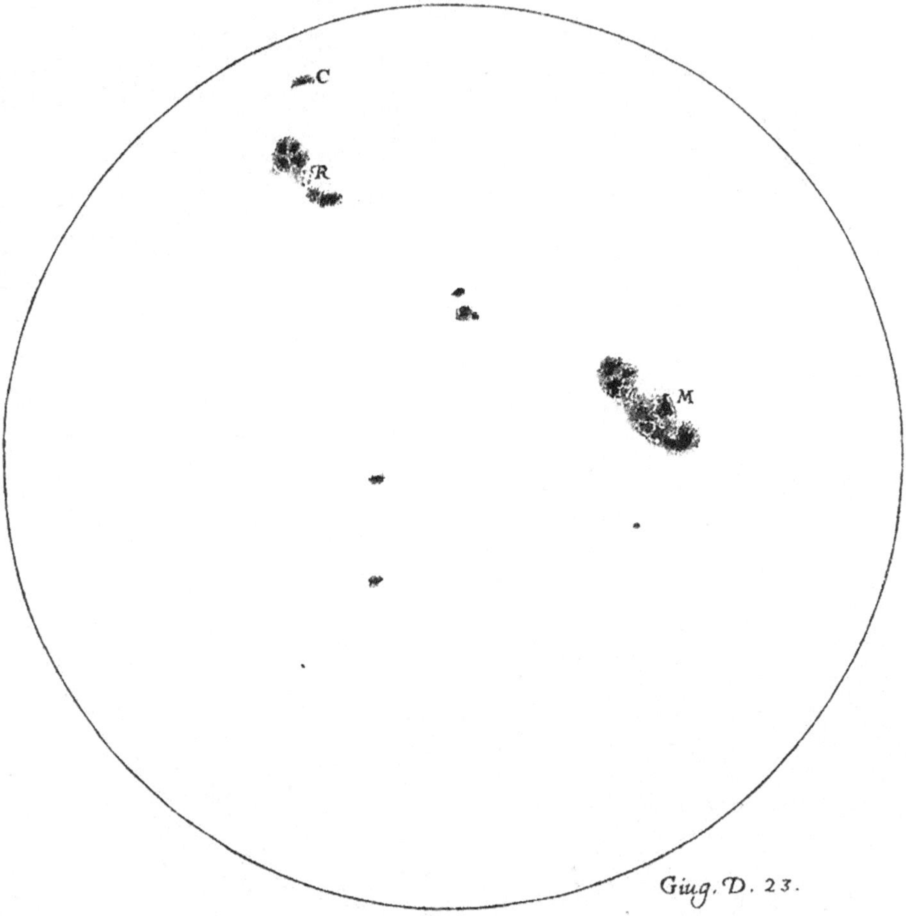

സൂര്യ കളങ്കങ്ങളുടെ ചിത്രം

താരകദൂതൻ

കണ്ടുപിടുത്തങ്ങൾ കുറേയായി. ഇനി അവയെക്കുറിച്ചെഴുതണം. ഗലീലിയോ പുസ്തകരചനയിലേക്ക് തിരിഞ്ഞു. നക്ഷത്രങ്ങളെയും ചന്ദ്രന്മാരെയും നേരത്തെ വരച്ചുവെച്ചതാണ്. അവയൊക്കെ ഇപ്പോൾ പുസ്തകത്തിൽ ചിത്രീകരണത്തിനുള്ള ഉപാധികളായി. പുസ്തകം പൂർത്തിയായപ്പോൾ ഗലീലിയോ അതിനൊരു പേരുമിട്ടു: താരകദൂതൻ - The Starry Messenger. ശീർഷകം സൂചിപ്പിച്ചത് ഗലീലിയോവിന്റെ പുതിയ ദൂരദർശിനിയെയാണ്. പക്ഷേ, ഗലീലിയോവിനും ആ പേരു ചേരും.

ഗലീലിയോ താരകദൂതൻ എഴുതിയത് ലത്തീൻ ഭാഷയിലാണ്. യൂറോപ്പിലെ പഠിച്ചയാളുകൾ അന്ന് ലത്തീൻ ഭാഷയാണ് ഉപയോഗിക്കാറ്. ഭാഷ ലത്തീനായതുകൊണ്ട് ഇറ്റലിക്കു പുറത്തുള്ളവർക്കും താരകദൂതൻ വായിക്കാനാകും. പുറത്തിറങ്ങിയതോടെ പുസ്തകം യൂറോപ്പിലെങ്ങും നന്നായി വിറ്റുപോയി. ഗലീലിയോ പ്രശസ്തനായി.

അന്ന് ഇറ്റലിയിൽ സമ്പന്നമായൊരു കുടുംബമുണ്ടായിരുന്നു; സമ്പത്തു മാത്രമല്ല, അധികാരവുമുള്ള ഒരു കുടുംബം. കുടുംബം അറിയപ്പെട്ടിരുന്നത് മഡിചീ (Medici) എന്നാണ്. ആ കുടുംബത്തിലെ ആരെങ്കിലും പുസ്തകം വായിച്ച് തനിക്കാശ്രയം തരുമെന്ന് ഗലീലിയോ രഹസ്യമായ് മോഹിച്ചിരുന്നു. നവോത്ഥാനകാലത്ത്

കോസിമോ രണ്ടാമൻ

നല്ല രക്ഷാധികാരികളില്ലെങ്കിൽ വിദ്വാന്മാർക്കും കലാകാരന്മാർക്കും രക്ഷപ്പെടാൻ വലിയ പ്രയാസമായിരുന്നു. പ്രയാസമല്ല, അസാദ്ധ്യം എന്നുതന്നെ പറയാം. രക്ഷാധികാരികൾ വിദ്വാന്മാരെയും കലാകാരന്മാരെയും പണംകൊടുത്ത് പ്രോത്സാഹിപ്പിക്കും. ടസ്കനി ഭരിച്ചിരുന്നവരാണ് മഡീചീ കുടുംബം - കലാകാരന്മാരെയും വിദ്വാന്മാരെയും കയ്യയച്ച് സഹായിക്കുന്നവർ. അതുകൊണ്ട്, ഗലീലിയോ ഒരു കാര്യം ചെയ്തു. കോസിമോ രണ്ടാമൻ എന്ന മഹാപ്രഭുവിന് തന്റെ താരകദൂതൻ സമർപ്പിച്ചു. മഡീചീ കുടുംബത്തിന്റെ തലവനായിരുന്നു കോസിമോ രണ്ടാമൻ. കോസിമോവിന് ഗലീലിയോ പുസ്തകം നൽകി; പുസ്തകത്തോടൊപ്പം താൻ ആകാശം നിരീക്ഷിക്കാനുപയോഗിച്ച ദൂരദർശിനിയും. സംഗതി അവിടെയും നിന്നില്ല. ഗലീലിയോ ഒരടികൂടി മുന്നോട്ടുപോയി. വ്യാഴത്തിനു ചുറ്റും താൻ കണ്ടെത്തിയ നാലു ചന്ദ്രന്മാർക്ക് അദ്ദേഹം മഡീചി സഹോദരന്മാരുടെ പേരുമിട്ടു. ഈ ചന്ദ്രന്മാർ മഡീചീ സഹോദരങ്ങളായി. ഇന്ന്, പക്ഷേ, അവയ്ക്ക് വേറെ പേരുകളാണ് - ഇയോ (Io), യൂറോപ്പാ (Europa), ഗാനിമീഡ് (Ganymede), കാലിസ്റ്റോ (Callisto).

മഡിചീ കുടുംബത്തിന്റെ വിജയകഥ തുടങ്ങുന്നത് 1420-ലാണ്. വ്യാപാരത്തിലൂടെ കുടുംബം സമ്പന്നമായി. സമ്പത്തു വന്നതിനോടൊപ്പം അധികാരവും വന്നുചേർന്നു. കാലക്രമേണ കുടുംബത്തിൽ രാജകുമാരന്മാരുണ്ടായി; പ്രഭുക്കളും, പോപ്പുമാരുമുണ്ടായി. കുടുംബത്തിലൊരാൾ സ്പെയിനിലെ റാണിയായി; മറ്റൊരാൾ ഫ്രാൻസിലെ രാജ്ഞിയും.

ഒരു കാലത്ത് ഫ്ലോറൻസ് ഭരിച്ചിരുന്നത് ഈ മഡിചീയാണ് -1420-കൾ മുതൽ 1730-കൾ വരെ. കലയെയും പാണ്ഡിത്യത്തെയും അവർ കയ്യയച്ച് സഹായിച്ചതുകൊണ്ട്, ഫ്ലോറൻസ് നവോത്ഥാനത്തിന്റെ പ്രമുഖതാവളമായി. അവരുടെ കൊട്ടാരത്തിലെ ഗ്രന്ഥാലയം യൂറോപ്പിലെതന്നെ ഏറ്റവും ബൃഹത്തായ ഗ്രന്ഥാലയമായിരുന്നു.

ഗലീലിയോവിന്റെ കുടുംബത്തിന് മഡിചീ കുടുംബവുമായ് പണ്ടേ നല്ല ബന്ധമുണ്ടായിരുന്നു. ഗലീലിയോവിന്റെ അച്ഛൻ അവരുടെ കൊട്ടാരത്തിലെ സംഗീതവിദ്വാനായിരുന്നു. അദ്ദേഹത്തെ 1589-ൽ, മഹാപ്രഭു കോസിമോ ഒന്നാമൻ പീസാ സർവ്വകലാശാലയിൽ പഠിപ്പിക്കാൻ നിയമിച്ചു. കോസിമോ പ്രഭു രണ്ടാമൻ അദ്ദേഹത്തിന്റെ ശിഷ്യനായി. ഈ ശിഷ്യനാണ് ഗലീലിയോ തന്റെ പുസ്തകവും ടെലസ്കോപ്പും സമർപ്പിച്ചത്.

ഗലീലിയോവിന്റെ സമർപ്പണം പാഴായില്ല. മഹാപ്രഭു രണ്ടാമൻ അദ്ദേഹത്തെ തന്റെ രാജസദസ്സിലെ മുഖ്യഗണിതശാസ്ത്രജ്ഞനാക്കി; ഒപ്പം, രാജസദസ്സിലെ തത്ത്വചിന്തകനുമാക്കി. ഇനി ഗലീലിയോവിന് പാദുവയിൽ പഠിപ്പിക്കേണ്ടതില്ല. മുഴുവൻ സമയവും അദ്ദേഹത്തിന് ഗണിതഗവേഷണവും ശാസ്ത്രാന്വേഷണവുമാകാം. അദ്ദേഹം, അതുകൊണ്ട്, പാദുവ വിട്ടു; തനിക്കു പ്രിയപ്പെട്ട ഫ്ലോറൻസിലേക്ക് കെട്ടുകെട്ടി.

ഇതിനിടയിൽ അദ്ദേഹത്തിന്റെ പുസ്തകം കോലാഹലമുണ്ടാക്കി. ചെറിയ കോലാഹലമല്ല, വലിയ ബഹളം തന്നെ. കാരണം, അദ്ദേഹത്തിന്റെ ചിന്തകൾ അരിസ്റ്റോട്ടിലിനെതിരെയാണെന്നതു തന്നെ. അരിസ്തുവിനെ അനുകൂലിക്കുന്നവർ ഗലീലിയോവിനെ

ആക്രമിച്ചു. അവർ ഗലീലിയോവിനെ "ചതിയൻ" എന്നു വിളിച്ചു - ആളാകാൻ വേണ്ടി എന്തു തോന്ന്യാസവും കാണിക്കുന്ന ചതിയൻ. ഇത്തരം പണ്ഡിതന്മാരെക്കൊണ്ട് ഗലീലിയോ പൊറുതിമുട്ടി. അവന്മാർ കുണ്ടുകിണറ്റിലെ തവളകളാണെന്ന് അദ്ദേഹത്തിനു തോന്നി.

"അരിസ്റ്റോട്ടിലിന്റെ പുസ്തകത്തിൽനിന്ന് കണ്ണെടുക്കാൻ ഇവർക്ക് നേരമില്ല," ഗലീലിയോ പറഞ്ഞു. "അരിസ്റ്റോട്ടിലിനു മാത്രം വായിക്കാനാണ് പ്രപഞ്ചത്തിന്റെ മഹാഗ്രന്ഥം എഴുതപ്പെട്ടതെന്നു തോന്നും, ഇവന്മാർ പറയുന്നതു കേട്ടാൽ. "

ഒരു പുരാതന യവന ചിന്തകൻ പറയുന്നതെല്ലാം ശരിയാകണമെന്ന് എവിടെയെങ്കിലും എഴുതിവച്ചിട്ടുണ്ടോ? സത്യത്തിൽ, തന്റെ ടെലസ്കോപ്പിലൂടെ അരിസ്റ്റോട്ടിൽ നോക്കിയാൽ അദ്ദേഹത്തിനു കാര്യം മനസ്സിലാകുമെന്ന് ഗലീലിയോവിന് നല്ല നിശ്ചയമുണ്ടായിരുന്നു.

കോളിളക്കം

കോലാഹലം, പക്ഷേ, അവിടംകൊണ്ട് തീർന്നില്ല. വൻകോളിളക്കം വരാനിരിക്കുന്നതേ ഉണ്ടായിരുന്നുള്ളൂ. ശുക്രനിലേക്ക് (Venus) ഗലീലിയോ ദൂരദർശിനി തിരിച്ചുവെച്ചപ്പോഴാണ് പുതിയ കോളിളക്കത്തിന് തുടക്കമുണ്ടായത്. ശുക്രനെ അദ്ദേഹം ആഴ്ചകളോളം നിരീക്ഷിച്ചു. ചന്ദ്രനു വൃദ്ധിക്ഷയങ്ങൾ സംഭവിക്കുന്നതു പോലെ ശുക്രനും വളരുകയും ക്ഷീണിക്കുകയും ചെയ്യുന്നത് അദ്ദേഹം കണ്ടു; ശുക്രന്റെ വെള്ളിവെളിച്ചം അർദ്ധഗോളമാകുന്നതും, പിന്നെ, പൂർണ്ണഗോളമാകുന്നതും കണ്ടു - അർദ്ധചന്ദ്രൻ പൂർണ്ണചന്ദ്രനാകുന്നതു പോലെ. സംഗതി ഇങ്ങനെ സംഭവിക്കുന്നതിന് കാരണം ഒന്നേയുള്ളൂവെന്ന് ഗലീലിയോ തിരിച്ചറിഞ്ഞു: വീനസ് (ശുക്രൻ) സൂര്യനെ ഭ്രമണം ചെയ്യുന്നു. ചന്ദ്രനെപ്പോലെ, അത് സൂര്യപ്രകാശത്തെ പ്രതിഫലിപ്പിക്കുന്നു. ശുക്രൻ സൂര്യനെ ചുറ്റുന്നുണ്ടെങ്കിൽ, ഭൂമിയും സൂര്യനെ വലംവെക്കുന്നുണ്ടാകണം.

ഈയൊരു ചിന്ത അന്നത്തെ സാമാന്യവിശ്വാസത്തെ കടപുഴക്കിയെറിയുന്നതായിരുന്നു. ഏറെക്കുറെ ഏവരും അരിസ്റ്റോട്ടിലിനെ മാനിക്കുന്നവരാണ്. അരിസ്റ്റു പറഞ്ഞതെന്താ? പ്രപഞ്ചമദ്ധ്യത്തിൽ അചഞ്ചലമായ് സ്ഥിതിചെയ്യുന്നതാണ് ഭൂമി. സൂര്യനും, ഇതര നക്ഷത്രങ്ങളും, ഗ്രഹങ്ങളും ഭൂമിയെ ദിവസത്തിലൊരു വട്ടം വലംവെക്കുന്നു. പക്ഷേ, താൻ കണ്ണുകൊണ്ട് കണ്ടതാണ്

കോപ്പർനിക്കസ്

ഗലീലിയോ വിശ്വസിച്ചത് - അരിസ്റ്റ പറഞ്ഞതല്ല. ഇതിനുമുമ്പ് കോപ്പർനിക്കസ് എന്നൊരാൾ, 1543-ൽ, പറഞ്ഞ കാര്യമാണ് ശരിയെന്ന് ഗലീലിയോ സാക്ഷ്യപ്പെടുത്തി. കോപ്പർനിക്കസ് പറഞ്ഞതിതാണ്: സൂര്യനാണ് പ്രപഞ്ചത്തിന്റെ കേന്ദ്രം; ഭൂമിയടക്കമുള്ള ഗ്രഹങ്ങൾ അതിനെയാണ് ചുറ്റുന്നത്. കോപ്പർനിക്കസ് പറഞ്ഞതേ ശരിയാകാൻ തരമുള്ളൂവെന്ന് ഗലീലിയോവിന്റെ ടെലസ്കോപ് കാണിച്ചു തന്നിരിക്കുകയാണ്. അരിസ്റ്റോട്ടിൽ പറഞ്ഞതല്ലാ നേര്.

ഗലീലിയോവിന് നേരിടേണ്ടി വന്ന വിരോധം കോപ്പർനിക്കസ്സിന് നേരിടേണ്ടി വന്നിരുന്നില്ല. അതിന് കാരണമുണ്ട്. താൻ കണ്ടെത്തിയ സത്യം കോപ്പർനിക്കസ് മരിക്കാറാകും വരെ പുറത്തുവിട്ടില്ല. 1543-ൽ, മരണക്കിടക്കയിൽ വെച്ചാണ് അദ്ദേഹം തന്റെ ആശയം പ്രസിദ്ധീകരിച്ചത്.

“എന്റെ ആശയം ഉണ്ടാക്കിയേക്കാവുന്ന പരിഹാസം ഭയന്ന്, ഞാൻ തുടങ്ങിവെച്ച ഗവേഷണം എനിക്ക് ഏറെക്കുറെ ഉപേക്ഷിക്കേണ്ടി വന്നു,” പോളണ്ടുകാരനായിരുന്ന കോപ്പർനിക്കസ്

ഇൻക്വിസിഷൻ

എഴുതി. മരിച്ചതുകൊണ്ട് വേട്ടയാടപ്പെടാതെ പോയ ജ്യോതിർ ശാസ്ത്രജ്ഞനാണ് കോപ്പർനിക്കസ്. ഗലീലിയോവിന് ആ ഭാഗ്യ മുണ്ടായില്ല.

ഗലീലിയോവും കോപ്പർനിക്കസ്സും കണ്ട സത്യം പരിഹാസ്യമാണെന്ന് ആളുകൾക്ക് തോന്നിയതിൽ അത്ഭുതം വേണ്ട. ആളുകൾ കാണുന്നതെന്താ? ആകാശത്തിലൂടെ സൂര്യൻ കിഴക്കുനിന്ന് പടിഞ്ഞാറോട്ട് സഞ്ചരിക്കുന്നു! സൂര്യനുദിക്കുമ്പോൾ വെളിച്ചമുണ്ടാകുന്നു; അസ്തമിക്കുമ്പോൾ വെളിച്ചം കെടുന്നു - അങ്ങനെ പകലും രാവുമുണ്ടാകുന്നു. പക്ഷേ, കോപ്പർനിക്കസ്സും ഗലീലിയോവും വേറൊരാശയമാണ് മുന്നോട്ടു വെച്ചത്: ഭൂമിയാണ്, സൂര്യനല്ല, സഞ്ചരിക്കുന്നത്. ഭൂമി ദിവസവും ഒരച്ചുതണ്ടിൽക്കിടന്നു കറങ്ങുന്നു; കറങ്ങിക്കറങ്ങി സൂര്യനു നേരെ വരുമ്പോൾ പകൽവെളിച്ചമുണ്ടാകുന്നു; സൂര്യനിൽനിന്നകന്നുപോകുമ്പോൾ വെളിച്ചം പോയി രാത്രിയാകുന്നു.

1609-ൽ ഈയൊരാശയം വിചിത്രമായിരുന്നു. ആളുകൾ ഗലീലിയോവിന്റെ കിളി പോയെന്നാണ് കളിയായ് പറഞ്ഞത്. പക്ഷേ, ഇറ്റലിയിലെ കത്തോലിക്കാസഭ അതു കളിയായെടുത്തില്ല. അവർക്കത് ഗൗരവമുള്ള കാര്യമായിരുന്നു. കിളിപോയവനായാലും

ദൈവനിന്ദ കടുത്ത അപരാധമാണ്. കത്തോലിക്കാസഭക്ക് അന്നുണ്ടായിരുന്ന അധികാരം നമുക്കിന്ന് ഊഹിക്കാൻ പോലും പ്രയാസമാണ്. സഭയ്ക്ക് സ്വന്തമായ കോടതി പോലുമുണ്ടായിരുന്നു. മതദ്രോഹവിചാരണകൾക്കുള്ള കോടതി. Inquisition (ഇൻക്വിസിഷൻ) എന്നാണ് കോടതിയെ വിളിച്ചിരുന്നത്. ദൈവനിന്ദയോ മതനിന്ദയോ വിളിച്ചുപറയുന്നവരെ ഇൻക്വിസിഷന് കുറ്റിയിൽ കെട്ടി ജീവനോടെ കത്തിച്ചു കളയാൻ വിധിക്കാം. ഗലീലിയോവിനും ഇതറിയാമായിരുന്നു. അദ്ദേഹം വിശ്വാസിയാണ്; പക്ഷേ, അദ്ദേഹം നേരിട്ടു കണ്ട സത്യങ്ങൾ വിശ്വാസവിരുദ്ധവും. മാനസിക സംഘർഷത്തിന് ഇതിൽക്കൂടുതലെന്തു വേണം?

ഗലീലിയോവിനെതിരെയുള്ള വിമർശനങ്ങൾക്ക് ചൂടുപിടിച്ചു. ചൂടു സഹിക്കാതെയായപ്പോൾ അദ്ദേഹം റോമിലേക്ക് പോകാൻ തീരുമാനിച്ചു - തന്റെ കണ്ടുപിടുത്തങ്ങൾ ശരിയാണെന്നു സ്ഥാപിക്കാൻ. യാത്ര പോയപ്പോൾ, അദ്ദേഹം തന്റെ ടെലസ്കോപ്പും കയ്യിൽക്കരുതി - കാര്യങ്ങൾ മറ്റുള്ളവർക്കും നേരിട്ട് കാണാമല്ലോ.

റോമിലേക്കുള്ള പോക്ക് വിജയത്തിൽ കലാശിച്ചു. ശാസ്ത്രജ്ഞന്മാരുടെ ഒരു സംഘടന അദ്ദേഹത്തെ അതിൽ അംഗമാകാൻ ക്ഷണിച്ചു. സംഘടനയിൽ വിവിധ രാജ്യങ്ങളിൽനിന്നുള്ള ശാസ്ത്രകാരന്മാരുണ്ടായിരുന്നു. ഗലീലിയോ സംഘടനയിൽ അംഗമായി. അവിടുന്നങ്ങോട്ട് ഈ പുതിയ ചങ്ങാതികളുമായി അദ്ദേഹം ഉണർവ്വോടെ എഴുത്തുകുത്തുകൾ നടത്തി. ഇതിലൊക്കെയുപരി, കത്തോലിക്കാ സഭയും ഗലീലിയോവിന്റെ വാനനിരീക്ഷണ ഫലങ്ങൾ അംഗീകരിച്ചു. പക്ഷേ, ഗലീലിയോ പറഞ്ഞതെല്ലാം വകവെച്ചുകൊടുക്കാൻ അപ്പോഴും സഭ തയ്യാറായില്ല - ഒരിക്കലും!

ഭൂമിയെ നിസ്സാരമാക്കിയവൻ

ഗലീലിയോ, പക്ഷേ, നിരീക്ഷണപരീക്ഷണങ്ങൾക്ക് വിരാമമിട്ടില്ല. സത്യാന്വേഷണം അദ്ദേഹത്തിന് ജീവനായിരുന്നല്ലോ. പക്ഷേ, താൻ കണ്ടുപിടിക്കുന്നതൊക്കെയും നിലവിലുള്ള ആശയങ്ങൾക്ക് എതിരായ് വരുന്നതാണ് അദ്ദേഹം കണ്ടത്. സൂര്യനിൽ ഇരുണ്ട കലകളുണ്ടെന്ന് (sunpots) അദ്ദേഹം കണ്ടെത്തി. തീപോലെ കത്തുന്ന സൂര്യനിൽ കറുത്ത ഇടങ്ങളുണ്ടെന്ന് ആര് വിശ്വസിക്കാൻ! പക്ഷേ, അദ്ദേഹം കണ്ടത് ശരിയാണ്. സൂര്യനിൽ കറുത്ത കലകളുണ്ട്. അതുപോലെ, ആളുകൾ അന്ന് വിശ്വസിച്ചിരുന്ന വേറൊരു സംഗതിയുണ്ട്: വലുപ്പമുള്ള വസ്തുക്കൾ വെള്ളത്തിൽ മുങ്ങിത്താഴും. അതും തെറ്റാണെന്ന് ഗലീലിയോ തെളിയിച്ചു. വസ്തുക്കൾ വെള്ളത്തിൽ മുങ്ങുകയോ മുങ്ങാതിരിക്കുകയോ ചെയ്യുന്നത് വലുപ്പം കാരണമല്ല; സാന്ദ്രത (density) കാരണമാണ്. ഇത്തരം ആശയങ്ങളൊക്കെ നാട്ടുകാർ സഹിച്ചു. ഭൂമി പ്രപഞ്ചത്തിന്റെ കേന്ദ്രമല്ലാ എന്നു പറഞ്ഞതു മാത്രം അവർക്ക് ദഹിച്ചില്ല. ഭൂമി പ്രപഞ്ചത്തിന്റെ കേന്ദ്രമല്ലെങ്കിൽ, മനുഷ്യൻ പ്രപഞ്ചത്തിൽ ഒന്നുമല്ലാതാകുമല്ലോ. താൻ ഒന്നുമല്ലെന്ന് ഒരാളറിയുമ്പോൾ അയാൾക്കത് എങ്ങനെ താങ്ങാൻ പറ്റും? അതുകൊണ്ടാണ്, വാസ്തവത്തിൽ, ആളുകൾക്ക് ഗലീലിയോവിനോട് കലി വന്നത്.

മാരിയാ സെലെസ്റ്റെ

ചില ശാസ്ത്രജ്ഞന്മാർ ഗലീലിയോവിന്റെ ആശയങ്ങളെ നഖശിഖാന്തം എതിർത്തു; ഗലീലിയോവിനെ തകർത്തുതരിപ്പണമാക്കിക്കൊണ്ട് പുസ്തകങ്ങളെഴുതി. ഗലീലിയോ അടങ്ങിയിരിക്കുമോ? മൂപ്പരുടെ ബുദ്ധിക്കെന്നപോലെ നാവിനും നല്ല മൂർച്ചയായിരുന്നു. അദ്ദേഹം തിരിച്ചടിച്ചു; തനിക്കെതിരെ തർക്കിക്കുന്നവർ പൊട്ടന്മാരാണെന്നു പറഞ്ഞു.

“നിങ്ങളുടെ അജ്ഞത എന്നെ അമ്പരിപ്പിക്കുന്നു,” അദ്ദേഹമെഴുതി. ഉറ്റശത്രുക്കളുണ്ടായിരുന്നതു പോലെ അദ്ദേഹത്തിന് വിശ്വസ്തരായ മിത്രങ്ങളുമുണ്ടായിരുന്നു. എതിരാളികൾക്ക് അവരൊരു പേരിട്ടു: പ്രാക്കൂട്ടം - പ്രാവുകളെപ്പോലെ അല്പബുദ്ധിയുള്ളവർ എന്നർത്ഥം.

ശാസ്ത്രജ്ഞന്മാർ ഇങ്ങനെ തമ്മിലടിച്ചു രസിക്കേ, ഗലീലിയോവിന്റെ ശ്രദ്ധ കുടുംബത്തിലെ ഒരു പ്രധാന കാര്യത്തിലേക്ക് തിരിഞ്ഞു. 1613-ൽ, അദ്ദേഹം തന്റെ രണ്ടു പെണ്മക്കളെ ഒരു കന്യാമഠത്തിൽ ചേർക്കാൻ തീരുമാനിച്ചു. മൂത്ത കുട്ടി, വിർജീനിയക്ക് പ്രായം

പതിമൂന്ന്; ഇളയവൾ, ലിവിയക്ക് പ്രായം പന്ത്രണ്ട്. രണ്ടുപേരും ശിഷ്ടജീവിതം മഠത്തിൽ കഴിയട്ടെ എന്നാണ് അദ്ദേഹം തീരുമാനിച്ചത്. രണ്ടുപേരും പ്രായം പതിനാറായപ്പോൾ കന്യാസ്ത്രീകളായി. വിർജീനിയ തന്റെ പേര് മാരിയാ സെലെസ്റ്റെ എന്നു മാറ്റി. സെലെസ്റ്റെ (Celeste) എന്നാൽ സ്വർഗ്ഗം/ ആകാശം എന്നാണർത്ഥം. തന്റെ പ്രിയപ്പെട്ട അച്ഛന് പ്രിയപ്പെട്ട വാനശാസ്ത്രത്തിന്റെ സ്മരണക്കായിട്ടാകാം അവളാ പേരു സ്വീകരിച്ചത്.

മാരിയയ്ക്ക് അച്ഛനോട് ആരാധനയായിരുന്നു. ഗലീലിയോയോവിനെപ്പോലെ അവരും ബുദ്ധിശാലിയായിരുന്നു. അച്ഛന്റെ ഗവേഷണം മനസ്സിലാക്കാനും അതുൾക്കൊള്ളാനുമുള്ള പക്വത അവർക്കുണ്ടായിരുന്നു.

മഠത്തിലെ അന്തേവാസികൾ വിവാഹിതരാകാൻ പാടില്ല. പ്രാർത്ഥന, അദ്ധ്വാനം, ത്യാഗം, മനനം എന്നിവക്ക് ജീവിതം സമർപ്പിക്കേണ്ടവരാണ് അവർ. അന്തേവാസികൾ മഠത്തിന് പുറത്തിറങ്ങാനും പാടില്ല. എത്ര കഠിനമാണ് ആശ്രമജീവിതം! ഒന്നു സങ്കൽപ്പിച്ചു നോക്കൂ. മാരിയാ, പക്ഷേ, എല്ലാം സഹിച്ചു. മുത്തച്ഛനെപ്പോലെ സംഗീത വാസനയുണ്ടായിരുന്ന അവർ മഠത്തിലെ പ്രാർത്ഥനാസംഘത്തിൽ ചേർന്നു; അവർക്കുവേണ്ടി ഓർഗൻ വായിച്ചു.

1617-ൽ ഗലീലിയോ ആർകെട്രൈയിലേക്ക് (Arcetri) താമസം മാറുകയുണ്ടായി. അവിടെനിന്ന് മഠത്തിലേക്ക് നടന്നുപോകാൻ അഞ്ചോയഞ്ചു മിനുട്ടു മതി. അദ്ദേഹം മഠത്തിലേക്ക് തന്റെ തോട്ടത്തിൽനിന്നുള്ള പച്ചക്കറികൾ കൊണ്ടുപോകും. മഠത്തിലെ ബില്ലുകൾ അടക്കും. മാരിയയാകട്ടേ, അച്ഛന്റെ ഉടുപ്പു തുന്നും; പുസ്തകങ്ങൾ പകർത്തും. രണ്ടുപേരും മുടങ്ങാതെ കത്തുകളും കൈമാറിയിരുന്നു. അവയിൽ മാരിയാ അച്ഛനെഴുതിയ നൂറ്റിയിരുപതോളം കത്തുകൾ ഇന്നും നിലവിലുണ്ട്.

അവസാനത്തെ അടവ്

ഇക്കാലമത്രയും ശത്രുക്കൾ ഗലീലിയോവിനെ ആക്രമിക്കാൻ ആയുധങ്ങൾ തേടുകയായിരുന്നു. അവർക്കൊടുവിൽ കിട്ടിയ പുതിയ ആയുധം കത്തോലിക്കാ സഭയായിരുന്നു. ഭൂമിയെ മാറ്റി സൂര്യനെ കേന്ദ്രമാക്കുന്ന സിദ്ധാന്തം ബൈബിളിനെതിരാണെന്ന് അവർ അവകാശപ്പെട്ടു. അങ്ങനെ സിദ്ധാന്തിക്കുന്നത് ദൈവദ്രോഹമാണ്, മതനിന്ദയാണ്. പോരിലേക്ക് മതത്തെ വലിച്ചിഴച്ചത് ഗലീലിയോവിനെ ഭഗ്നഹൃദയനാക്കി. നല്ലൊരു കത്തോലിക്കാ വിശ്വാസിയാണ് ഗലീലിയോ. സഭയോട് മല്ലിടാൻ അദ്ദേഹത്തിന് യാതൊരു താല്പര്യവുമില്ലായിരുന്നു. ദൈവനിന്ദയെന്ന ആരോപണം അദ്ദേഹത്തെ വല്ലാതെ വേദനിപ്പിച്ചു. "മരണത്തേക്കാൾ ഭയാനകമാണ്" അതെന്നാണ് അദ്ദേഹം പറഞ്ഞത്.

മതം വേറെ, ശാസ്ത്രം വേറെ എന്ന ചിന്താഗതിക്കാരനായിരുന്ന ഗലീലിയോ. രണ്ടിന്റേയും ധർമ്മങ്ങൾ വെവ്വേറെയാണ്. മരിച്ചുപോയ ഒരു കത്തോലിക്കാ കർദ്ദിനാളിന്റെ വാക്കുകൾ അദ്ദേഹം ഉദ്ധരിക്കുമായിരുന്നു:

"ആകാശം/ സ്വർഗ്ഗം പൂകാൻ വഴികാട്ടുന്നൊരു പുസ്തകമാണ് ബൈബിൾ. ആകാശം എങ്ങനെ പ്രവർത്തിക്കുവെന്ന് അതു പറയുന്നില്ല."

ഒടുവിൽ, ഗലീലിയോ മഡിചീ കടുംബത്തിലെ മഹാപ്രഭ്വിക്ക് ഒരു കത്തെഴുതി. നാൽപ്പതു പേജുകളുള്ള ഒരു കത്ത്. കത്തിൽ അദ്ദേഹം മതത്തെക്കുറിച്ചും ശാസ്ത്രത്തെക്കുറിച്ചുമുള്ള തന്റെ ചിന്തകൾ അവതരിപ്പിച്ചു:

"വിശുദ്ധവേദത്തിൽ തെറ്റുകളുണ്ടാവാൻ വഴിയില്ല; പക്ഷേ, വേദം വ്യാഖ്യാനിക്കുന്നവർക്ക് പല തെറ്റുകളും പറ്റാം."

കത്ത് പലരും വായിച്ചു. ഒടുവിലത് റോമിലെ ഇൻക്വിസിഷന്റെ കയ്യിലുമെത്തി. കത്തിൽ അപായമൊന്നുമില്ലെന്നാണ് ഇൻക്വിസിഷൻ വിധിച്ചത്. അത് തീർത്തും നിരുപദ്രവമാണ്. മതദ്രോഹവിചാരണക്കോടതി അങ്ങനെ പറഞ്ഞെങ്കിലും, ഗലീലിയോ പേടിച്ചുപോയി. സഭ പൊട്ടന്മാർക്ക് ചെവി കൊടുക്കുകയാണല്ലോ. സഭ തനിക്കെതിരെ തിരിഞ്ഞാൽ എന്തു ചെയ്യും? അദ്ദേഹം റോമിലേക്ക് വീണ്ടുമൊന്നു പോകാൻ തീരുമാനിച്ചു. 1616-ൽ, അദ്ദേഹം അങ്ങനെ വീണ്ടും റോമിലെത്തി. കത്തോലിക്കാസഭയെ തന്റെ വീക്ഷണങ്ങൾ ശരിയാണെന്ന് ബോദ്ധ്യപ്പെടുത്താൻ തനിക്കാകുമെന്ന ആത്മവിശ്വാസം അദ്ദേഹത്തിനൊപ്പമുണ്ടായിരുന്നു. തന്റെ ധാരണകൾക്കുവേണ്ടി പോരാടാനുള്ള ദാർഢ്യം അദ്ദേഹത്തിനുണ്ടായിരുന്നു:

"നല്ല ദാർശനികർ ഒറ്റയ്ക്കു പറക്കുന്ന ഗരുഡന്മാരെപ്പോലെയാണ്; കൂട്ടത്തോടെ പറക്കുന്ന തിത്തിരിപ്പക്ഷികളെപ്പോലെയല്ല."

റോമിലെത്തിയ ഗലീലിയോ ചെവി കൊടുക്കാൻ സന്മനസ്സു കാണിച്ചവരെയൊക്കെ തന്റെ ആശയങ്ങൾ വിശദമായ് കേൾപ്പിച്ചു - ഭയക്കാതെ, ആത്മധൈര്യത്തോടെ. ടസ്കനിക്കാരനായിരുന്ന റോമിലെ അംബാസഡർ വേവലാതിപ്പെട്ടു:

"ഇയാൾ സ്വയം കുഴപ്പത്തിൽച്ചെന്ന് ചാടുകയാണല്ലോ. മാർക്കടമുഷ്ടിക്കാരനാണ് പുള്ളി; സ്വന്തം ധാരണയിൽ ആവേശമുള്ളയാൾ."

സംഗതി ചൂടുപിടിച്ചപ്പോൾ ഇൻക്വിസിഷൻ/ വിചാരണക്കോടതി കൂടി; സംഗതിക്ക് ഒരന്തിമതീരുമാനമുണ്ടാക്കാൻ നിശ്ചയിച്ചു.

ജോഡാനോ ബ്രൂണോ (Giordano Bruno)

കോടതി ഗലീലിയോവിനെ ക്ഷണിച്ചില്ല. അദ്ദേഹത്തിന് തന്റെ വാദങ്ങൾ കോടതിയെ കേൾപ്പിക്കാനുള്ള അവസരമുണ്ടായില്ല.

ഒരു തീരുമാനത്തിലെത്താൻ കോടതിക്ക് അധിക സമയമൊന്നും വേണ്ടി വന്നില്ല. കോപ്പർനിക്കസ്സിന്റെ സിദ്ധാന്തം കോടതി നിരോധിച്ചു; അതു "മണ്ടത്തരവും അസംബന്ധവു"മാണെന്ന് പ്രഖ്യാപിച്ചു. പ്രപഞ്ചത്തിന്റെ കേന്ദ്രം ഭൂമി തന്നെ - നിസ്സംശയം. കോടതിയുടെ തീരുമാനം ഗലീലിയോയെ ഉടനറിയിക്കാൻ ഇൻക്വിസിഷൻ കർദ്ദിനാളായ റോബർട്ടോ ബെല്ലാർമിനെ ചുമതലപ്പെടുത്തി. "ദൈവനിന്ദകർക്കുള്ള ചുറ്റിക"യെന്നാണ് ബെല്ലാർമിനെക്കുറിച്ച് നാട്ടുകാർ പറയുക. അത്ര ഭീകരൻ! 1600-ൽ, ഒരു മതനിന്ദകനെ അദ്ദേഹം ശിക്ഷിച്ചിരുന്നു. ആ ഹതഭാഗ്യൻ ജോഡാനോ ബ്രൂണോ (Giordano Bruno) ആയിരുന്നു. ശിക്ഷ എന്തായിരുന്നെന്നോ? കുറ്റിയിൽക്കെട്ടി പച്ചയ്ക്ക് തീകൊളുത്തൽ.

കർദ്ദിനാൾ ബെല്ലാർമിൻ ഗലീലിയോവിനെ കണ്ടു. ബഹുമാനത്തോടെയാണ് അദ്ദേഹം ഗലീലിയോവിനോട് സംസാരിച്ചത്.

റോബർട്ടോ ബെല്ലാർമിനോ

പക്ഷേ, കോടതിയുടെ വിധി അറിയിക്കുമ്പോൾ അദ്ദേഹത്തിന്റെ സ്വരത്തിൽ കാർക്കശ്യം കലർന്നു.

"കോപ്പർനിക്കസ്സിന്റെ സിദ്ധാന്തം ഗലീലിയോ ഇനിയെങ്കിലും കൈവിടണം. അതിനെ സ്ഥാപിക്കാൻ ശ്രമിക്കരുത്. അങ്ങനെ ചെയ്താൽ അപകടത്തെ വിളിച്ചു വരുത്തുകയാകും ഫലം," ബെല്ലാർമിൻ പറഞ്ഞു.

സഭയെ സ്വാധീനിക്കാമെന്ന സ്വപ്നം കണ്ട ഗലീലിയോവിന്റെ കാറ്റുപോയെന്ന് പറയേണ്ടല്ലോ. അദ്ദേഹം റോമിൽനിന്ന് വായ മൂടിക്കെട്ടി വീട്ടിലേക്ക് മടങ്ങി. അദ്ദേഹം ആകാശത്തിലേക്ക് കണ്ണു പായിക്കുന്നത് നിർത്തി; ദൂരെയുള്ള കാര്യങ്ങൾ വിട്ട് അടുത്തുള്ള കാര്യങ്ങളിൽ ശ്രദ്ധ ചെലുത്തി; ദൂരദർശിനി ഉപേക്ഷിച്ച് സൂക്ഷ്മദർശിനി (microscope) യിൽ പിടി മുറുക്കി; സൂക്ഷ്മപ്രാണികളെ നിരീക്ഷിക്കാൻ തുടങ്ങി. ഈച്ചകൾ, പ്രത്യേകിച്ച് മണിയനീച്ചകളും രാത്രിയീച്ചകളും അദ്ദേഹത്തിന് ഏറെ പ്രിയമായി.

പോപ്പ് അർബൻ എട്ടാമൻ (Pope Urbn VIII)

1623. ഗലീലിയോവിനെത്തേടി ഒരു ശുഭവാർത്ത വന്നു: കത്തോലിക്കാസഭ പുതിയൊരു പോപ്പിനെ തെരഞ്ഞെടുത്തിരിക്കുന്നു. പുതിയ പോപ്പിന്റെ പേര്, പോപ്പ് അർബൻ എട്ടാമൻ (Pope Urbn VIII) - ശാസ്ത്രത്തോട് തുറന്ന മനസ്സ് കാണിക്കുന്ന ഒരാൾ; ഗലീലിയോവിന്റെ ആരാധകൻ. ഗലീലിയോവിനെക്കുറിച്ച് അദ്ദേഹം ഒരു കവിതപോലും രചിച്ചിട്ടുണ്ട്. കാലം വൈകാതെ ഗലീലിയോ പോപ്പ് അർബൻ എട്ടാമനെ റോമിൽച്ചെന്നുകണ്ടു.

പ്ലേഗും 'സംവാദ'വും

1624-ൽ ഗലീലിയോ റോം സന്ദർശിച്ചപ്പോൾ പോപ്പ് അർബൻ എട്ടാമനെ ആറു തവണയാണ് കണ്ടത്. വത്തിക്കാൻ പൂന്തോട്ടത്തിൽ രണ്ടു പേരും കൂടി നടക്കാൻ പോകും; വാനശാസ്ത്രത്തെക്കുറിച്ച് ചർച്ച ചെയ്യും. ചർച്ചകൾക്കിടയിൽ ഗലീലിയോ പോപ്പിനോട് ഒരു കാര്യം ചോദിച്ചു: കോപ്പർനിക്കസ്സിനു മേലുള്ള നിരോധം നീക്കാമോ?. കർദ്ദിനാൾ ആയിരുന്ന കാലത്ത് നിരോധത്തെ വിമർശിച്ചയാളാണ് അർബൻ. പക്ഷേ, ഇപ്പോൾ അദ്ദേഹം നിരോധം നീക്കാൻ തയ്യാറായില്ല. പോപ്പിന് അരിസ്റ്റോട്ടിലിന്റെ പാഠങ്ങളിൽ നല്ല വിശ്വാസമായിരുന്നു. എങ്കിലും, സംവാദത്തിനു വേണ്ടി കോപ്പർനിക്കസ്സിന്റെ സിദ്ധാന്തങ്ങളെക്കുറിച്ചെഴുതുന്നതിൽ കുഴപ്പമില്ലെന്ന് അദ്ദേഹം കരുതി. പക്ഷേ, ഗലീലിയോവിന് അദ്ദേഹം കർശനമായൊരു മുന്നറിയിപ്പ് നൽകി: തെളിയിക്കപ്പെടാത്ത ഒരാശയമായേ കോപ്പർനിക്കസ്സിന്റെ സിദ്ധാന്തം അവതരിപ്പിക്കാവൂ.

വീട്ടിലേക്കു മടങ്ങിയ ഗലീലിയോ തൂലിക കയ്യിലെടുത്തു. അദ്ദേഹം ചങ്ങാതിമാരായ നാലു കഥാപാത്രങ്ങളെ തീർത്തു. ഈ ചങ്ങാതിമാർ നാലുദിവസങ്ങളിലായി ചൂടുപിടിച്ച ഒരു വിഷയം ചർച്ച ചെയ്യുകയാണ്: പ്രപഞ്ചത്തിന്റെ കേന്ദ്രത്തിൽ സ്ഥിതിചെയ്യുന്നതെന്താണ് - ഭൂമിയോ സൂര്യനോ? ചങ്ങാതിമാരിൽ ഒരാൾ - അയാളുടെ പേര്, സാഗ്രെഡോ - ചർച്ചയിൽ നിഷ്പക്ഷ കക്ഷിയാണ്.

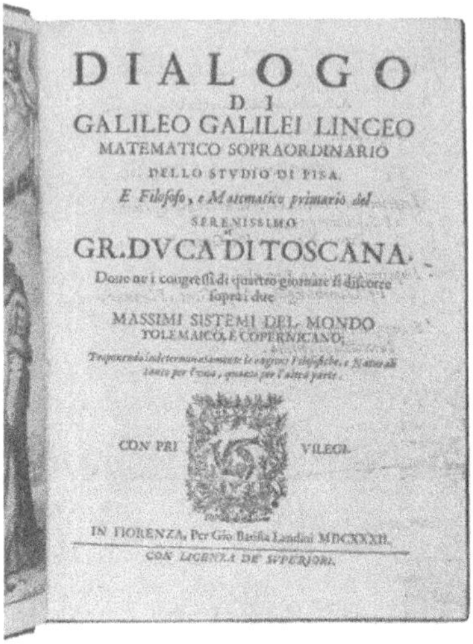
DIALOGO
DI
GALILEO GALILEI LINCEO
MATEMATICO SOPRAORDINARIO
DELLO STVDIO DI PISA.
E Filosofo, e Matematico primario del
SERENISSIMO
GR.DVCA DI TOSCANA.
Doue ne i congressi di quattro giornate si discorre sopra i due
MASSIMI SISTEMI DEL MONDO
TOLEMAICO, E COPERNICANO;
CON PRI VILEGI.
IN FIORENZA, Per Gio: Batista Landini MDCXXXII.
CON LICENZA DE' SVPERIORI.

രണ്ടു മുഖ്യ ലോകവ്യവസ്ഥകളെക്കുറിച്ചൊരു സംവാദം.

അയാളാണ് ചർച്ചയുടെ അദ്ധ്യക്ഷൻ. രണ്ടാമതൊരു ചങ്ങാതി, സൽവിയാറ്റി, കോപ്പർനിക്കസ്സിന്റെ പക്ഷം പിടിക്കുന്നയാളാണ്. മൂന്നാമത്തെ ചങ്ങാതി അരിസ്റ്റോട്ടിലിന്റെ പ്രമാണങ്ങളെ പിന്താങ്ങുന്നു. ഈ മൂന്നാമന്റെ പേരെന്താണെന്നോ? സിംപ്ലിസിയോ. ഇറ്റാലിയൻ ഭാഷയിൽ സിംപ്ലിസിയോ എന്നാൽ വിഡ്ഢിയെന്ന അർത്ഥം വരുമെന്ന് ഗലീലിയോവിന് അറിയാമായിരുന്നു.

ഇത്തവണ ഗലീലിയോ പുസ്തകമെഴുതിയത് ലത്തീനിലല്ല, ഇറ്റാലിയനിലാണ്. കാരണമുണ്ട്: ഇറ്റാലിയനിലെഴുതിയാൽ സാമാന്യജനവും പുസ്തകം വായിക്കും. പണ്ഡിതന്മാരുടെ മാത്രം ഭാഷയാണല്ലോ ലത്തീൻ. തന്റെ വാദങ്ങൾ ആകാവുന്നത്ര ലളിതമായാണ് അദ്ദേഹം പുസ്തകത്തിൽ പ്രതിപാദിച്ചത്. പേജുകളുടെ അരികുകളാകട്ടെ, അദ്ദേഹം കുറിപ്പുകളും ചിത്രങ്ങളും കൊണ്ട് നിറച്ചു. പുസ്തകത്തിന്റെ ശൈലിയോ, നർമ്മം കലർന്നതും. വായിച്ചാൽ ആളുകൾ താഴെ വെക്കാൻ മടിക്കുന്ന പുസ്തകം.

പുസ്തകം എഴുതിത്തീർക്കാൻ ഗലീലിയോ വർഷങ്ങൾ അഞ്ചെടുത്തു. 1630-ൽ, പുസ്തകം തീർന്നപ്പോൾ അദ്ദേഹം അതിനൊരു

പ്ലേഗ് ഡോക്ടർ

പേരിട്ടു: രണ്ടു മുഖ്യ ലോകവ്യവസ്ഥകളെക്കുറിച്ചൊരു സംവാദം. പുസ്തകം 'സംവാദം' എന്ന ചുരുക്കപ്പേരിലാണറിയപ്പെടുന്നത് . പുസ്തകമെഴുതിത്തീർക്കാൻ ഗലീലിയോ ദീർഘകാലമെടുത്തതിന് കാരണമുണ്ട്. എഴുതുന്നതിനിടയിൽ അദ്ദേഹത്തിന് പലപ്പോഴും രോഗം പിടിപെട്ടിരുന്നു.

എഴുത്തു കഴിഞ്ഞു. ഇനിയത് പ്രസിദ്ധീകരിക്കണം. പക്ഷേ, അതിനു മുമ്പ് ഒരു കടമ്പ കൂടി കടക്കേണ്ടതുണ്ട്. പുസ്തകം പരിശോധനക്കും സംശോധനത്തിനുമയക്കണം. റോമിലെ കത്തോലിക്കാ സഭ 'സെൻസർ' ചെയ്താലേ പുസ്തകം പുറത്തിറക്കാൻ പറ്റൂ. അപ്പോഴാണ് പ്ലേഗ് എല്ലാം തകിടം മറിച്ചത്.

1438-ലാണ് പ്ലേഗെന്ന മഹാമാരി യൂറോപ്പിൽ ആദ്യമായ് മരണം വിതച്ചുകൊണ്ട് പൊട്ടിപ്പുറപ്പെട്ടത്. എലികൾ പരത്തിയ പ്ലേഗിനെ 'ബ്യൂബോണിക് പ്ലേഗ്' എന്നാണ് പൊതുവേ വിളിക്കാറുള്ളത്. ഗ്രമങ്ങളിൽനിന്ന് ഗ്രാമങ്ങളിലേക്ക് തീപോലെ പടർന്ന പകർച്ചവ്യാധി ലക്ഷങ്ങളെയാണ് കൊന്നൊടുക്കിയത്. വ്യാധി പിടിപെട്ടാൽ രോഗി രണ്ടേ രണ്ടു ദിവസമേ ജീവിച്ചിരിക്കുള്ളൂ. വ്യാധി

വിട്ടുപോകുമ്പോൾ രോഗിയുടെ ചർമ്മത്തിന് കറുത്ത നിറം വരും. അതുകൊണ്ടീ പ്ലേഗിനെ 'കറുപ്പ മരണം' എന്നു കൂടി നാട്ടുകാർ പേരിട്ടു. കുറച്ചുകാലം കഴിഞ്ഞ് ഈ വ്യാധി പെട്ടെന്ന് ഇല്ലാതാകും. പക്ഷേ, പഴയ ശക്തിയോടെ അതു തിരിച്ചു വരികയും ചെയ്യും - നമ്മുടെ കാലത്തെ കോവിഡിനെപ്പോലെ. ശല്യമൊഴിഞ്ഞെന്ന് നമ്മൾ ആശ്വസിക്കുമ്പോഴാകും വ്യാധി, ഓർക്കാപ്പുറത്ത്, വീണ്ടും പൊട്ടിപുറപ്പെടുന്നത്.

ടസ്കനിയിൽ പ്ലേഗ് വിളയാടിയത് 1630-ലാണ്. ഫ്ലോറൻസ് നഗരം നിശ്ചലമായി. ജീവിതം വഴിമുട്ടി. മൃതദേഹങ്ങൾ പൊക്കി യെടുക്കാൻ ഡോക്ടർമാർ തെരുവുകളിലിറങ്ങി. അവർ കൊക്കു കളോടുകൂടിയ വിചിത്രമായ മുഖംമൂടികൾ ധരിച്ചിരുന്നു. മുഖംമൂടി ക്കകത്ത് വൈക്കോലും ഔഷധച്ചെടികളും കുത്തിനിറച്ചിരുന്നു. 1631-ലാണ് ഫ്ലോറൻസിനെ വിട്ട് പ്ലേഗ് പോയത്. ഫ്ലോറൻസിൽ ആകെയുണ്ടായിരുന്ന എഴുപത്തിയയ്യായിരം ആളുകളിൽ പതി നൊന്നായിരം പേരെ കൊന്നിട്ടാണ് വ്യാധി സ്ഥലം വിട്ടത്.

ഗലീലിയോവിനെ പ്ലേഗ് ബാധിച്ചില്ല. പക്ഷേ, റോമുമായ് അദ്ദേ ഹത്തിന് ബന്ധപ്പെടാനുള്ള എല്ലാ വഴികളുമടഞ്ഞു. റോഡുകളും വീടുകളും കടകളുമെല്ലാം അടച്ചിട്ടിരുന്ന 'ക്വാറൻറ്റീൻ' കാലമായി രുന്നല്ലോ. വ്യാധി ഒട്ടൊന്നു ശമിച്ചപ്പോൾ ഫ്ലോറൻസിലെ കത്തോ ലിക്കാ സഭക്കാരോട് റോം പുസ്തകം വായിച്ചുനോക്കാൻ കൽപ്പിച്ചു. താമസിയാതെ, പുസ്തകം അംഗീകരിക്കപ്പെട്ടു. അങ്ങനെ, 1632-ൽ, 'സംവാദം' പ്രകാശം കണ്ടു. ഗലീലിയോവിന്റെ സുഹൃത്തുക്കൾ ആഹ്ളാദിച്ചു. അതു പ്രതീക്ഷിച്ചതു തന്നെ. ഗലീലിയോവിന്റെ എതിരാളികൾ രോഷാകുലരായി. അതും പ്രതീക്ഷക്ക് വിരുദ്ധമാ യിരുന്നില്ല. രണ്ടു പക്ഷത്തെയും വാദങ്ങൾ സമമായ് താൻ അവത രിപ്പിച്ചുവെന്നാണ് ഗലീലിയോ വിചാരിച്ചത്. പക്ഷേ, ഗലീലിയോ ഏതു പക്ഷത്താണെന്ന് പുസ്തകം സ്പഷ്ടമാക്കിയിരുന്നു - കോപ്പർ നിക്കസ്സിന്റെ പക്ഷം. അതും എല്ലാവരും പ്രതീക്ഷിച്ചിരുന്നതാണ്. എന്നാൽ, പ്രതീക്ഷിക്കാത്ത മറ്റൊന്നുണ്ടായി. പോപ്പ് അർബന്റെ

പ്രതികരണം. അദ്ദേഹം ക്ലറ്റമാറി; ഗലീലിയോവിനെതിരെ തിരിഞ്ഞു. സംഭവിച്ചതെന്താണ്?

യൂറോപ്പിലെ ക്രിസ്ത്യാനികൾക്കിടയിൽ, പ്രധാനമായും, രണ്ടു വിഭാഗങ്ങളുണ്ട്: കത്തോലിക്കരും പ്രൊട്ടസ്റ്റന്റുകാരും. ഇവർക്കിടയിൽ പൊരിഞ്ഞ പോരാട്ടം നടക്കുകയായിരുന്നു. അതുകാരണം പോപ്പ് സമ്മർദ്ദത്തിലായ സമയമാണപ്പോൾ. അദ്ദേഹത്തിന് കത്തോലിക്കാ സഭയെ വെല്ലുവിളിക്കുന്നവരെ നിലക്കു നിർത്തിയേ പറ്റൂ. ഇതൊന്നും പോരാഞ്ഞ്, ഗലീലിയോവിന്റെ ശത്രുക്കൾ പോപ്പിന്റെ ചെവിയിലൊരു വാർത്തയെത്തിച്ചു: പുസ്തകത്തിൽ പോപ്പിനെ ഗലീലിയോ കളിയാക്കിയിട്ടുണ്ട്. 'സംവാദ'ത്തിലെ സിംപ്ലിസിയോ (മണ്ടൻ) എന്ന കഥാപാത്രം മറ്റാരുമല്ല, പോപ്പു തന്നെയാണ്. പോപ്പിന്റെ വാക്കുകളാണ് അയാളുടെ വായിൽ വച്ചുകൊടുത്തിരിക്കുന്നത്.

പോപ്പിന് വരാനുള്ളതെല്ലാം വന്നു. അദ്ദേഹം ഇൻക്വിസിഷനോട് ഗലീലിയോവിനെക്കുറിച്ച് അന്വേഷിക്കണമെന്ന് ഉത്തരവിട്ടു. സഭാനേതാക്കൾ ശാസ്ത്രജ്ഞനെ റോമിലേക്ക് വിളിപ്പിച്ചു. എന്തിനാണെന്നോ? വിചാരണ നേരിടാൻ. കുറ്റമെന്താണെന്നോ? മതനിന്ദ. ഗലീലിയോവിന്റെ ഭിഷഗ്വരന്മാർ അദ്ദേഹത്തിന് തീരെ വയ്യെന്നു പറഞ്ഞു: കിടപ്പിലാണദ്ദേഹം; നടക്കാൻപോലും വയ്യ; യാത്ര ചെയ്യുന്നതെങ്ങനെ? വിചാരണക്കോടതി (ഇൻക്വിസിഷൻ) മറുപടി കൊടുത്തു:

"സ്വമനസ്സാലെ വന്നാൽ നല്ലത്; അല്ലെങ്കിൽ, വിലങ്ങിട്ടു വലിച്ചുകൊണ്ടുവരും."

വിചാരണ

വിചാരണയ്ക്ക് വിധേയനാകാൻ ഗലീലിയോ റോമിലെത്തുമ്പോൾ അദ്ദേഹത്തിന് പ്രായം എഴുപത്. ആൾ വയസ്സനായി എന്നു പറയാം. പോപ്പിന് വേണമെങ്കിൽ അദ്ദേഹത്തെ ജയിലിലിടാമായിരുന്നു. വയസ്സിനെ ബഹുമാനിച്ച് അദ്ദേഹം അങ്ങനെ ചെയ്തില്ല. പകരം, റോമിലുള്ള മഡിചീയുടെ എംബസ്സിയിൽ താമസിക്കാൻ അദ്ദേഹത്തെ അനുവദിച്ചു. ആദരണീയനായ അതിഥിയോടെന്നപോലെയാണ് എംബസ്സിയിലെ അംബാസഡർ അദ്ദേഹത്തോട് പെരുമാറിയത്. ഇൻക്വിസിഷന്റെ പെരുമാറ്റം, പക്ഷേ, ആവിധമായിരുന്നില്ല. ന്യായാധിപന്മാർ ബഹുമാനിച്ചില്ലെന്നല്ല; പക്ഷേ, അവരുടെ ചോദ്യങ്ങൾ കൂർത്തതായിരുന്നു; പരുഷവും. വിചാരണ പത്താഴ്ചകളോളം നീണ്ടുവലിഞ്ഞുപോയി. കോടതിക്കു മുന്നിൽ ഗലീലിയോ, പക്ഷേ, വെറും നാലുദിവസമേ ഹാജരായുള്ളൂ.

1633-ഏപ്രിൽ 12. ചോദ്യം ചെയ്യലിന്റെ ആദ്യദിവസം. കോപ്പർനിക്കസ്സിന്റെ സിദ്ധാന്തത്തെ അനുകൂലിച്ച് ഗലീലിയോ പുസ്തകമെഴുതിയെന്നായിരുന്നു ആരോപണം. അതു മതദ്രോഹമാണ്. 1616-ൽ സഭ കൊടുത്ത കല്പനകളെ ഗലീലിയോ മനഃപൂർവ്വം കാറ്റിൽ പറത്തിയിരിക്കുന്നു. അക്കാലത്ത് സഭയെഴുതിയിരുന്ന

വിചാരണ

കുറിപ്പുകൾ അവർ തപ്പിയെടുത്തു. ഏതൊക്കെ രീതിയിലായാലും ഗലീലിയോ കോപ്പർനിക്കസ്സിന്റെ പ്രപഞ്ചവ്യവസ്ഥയെ മാനിക്കുകയോ, പഠിപ്പിക്കുകയോ, പ്രതിരോധിക്കുകയോ പാടില്ലെന്ന ശാസനമാണ് കുറിപ്പിലുണ്ടായിരുന്നത്.

കുറിപ്പ് കണ്ട ഗലീലിയോ വെപ്രാളപ്പെട്ടു. 1616-ൽ, കർദ്ദിനാൾ ബെല്ലാർമിൻ പറഞ്ഞത് കുറിപ്പിലുള്ളതുപോലെയല്ലെന്ന് അദ്ദേഹം ഓർത്തു. അപരാധിയല്ല താനെന്ന് അദ്ദേഹം വാദിച്ചു. ബെല്ലാർമിൻ ഒപ്പിട്ട ഒരു കത്ത് അദ്ദേഹം ന്യായാധിപന്മാരെ കാണിച്ചു. കുറിപ്പുപോലെ ആ കത്തും 1616-ൽ എഴുതിയതാണ്. കോപ്പർനിക്കസ്സിന്റെ വ്യവസ്ഥയെപ്പറ്റി ഒരനുമാനമെന്ന നിലയിൽ തനിക്കെഴുതാം; അതൊരു സാദ്ധ്യതയാണെന്ന് പറയാം - അതായിരുന്നു കത്തിലെ ഉള്ളടക്കം. തന്റെ പുസ്തകം ചെയ്യുന്നതും അതാണ്, ഗലീലിയോ വാദിച്ചു. ഗലീലിയോവിന്റെ വാദം ന്യായാധിപരുടെ അടഞ്ഞ കാതുകളിലാണ് വീണത്. അവർ പഴയ കുറിപ്പുകളിൽത്തന്നെ പിടിച്ചുതൂങ്ങി. ദിവസമവസാനിക്കാറായപ്പോൾ ഗലീലിയോ തളർന്നു. അദ്ദേഹത്തിന് കാര്യം മനസ്സിലായി: കോടതിക്ക് തന്നെ ശിക്ഷിച്ചേ പറ്റൂ.

വിചാരണ വീണ്ടും തുടങ്ങാൻ ദിവസങ്ങളെടുത്തു. അതിനിടയിൽ സഭയിലെ ഉദ്യോഗസ്ഥർ 'സംവാദം' ഒന്നുകൂടി അവലോകനം ചെയ്തു. പുസ്തകം കോപ്പർനിക്കസ്സിനെ അനുകൂലിക്കുന്നുവോ, ഇല്ലയോ? തീർച്ചയായുമുണ്ട് - അവരുടെ നിഗമനം അതായിരുന്നു.

"കോപ്പർനിക്കസ്സിനെ അനുഗമിക്കാത്തവരെല്ലാം തന്നെക്കാൾ ബുദ്ധി കുറഞ്ഞവരാണെന്ന ധാരണ ഗലീലിയോവിനുണ്ട്," പുസ്തകാവലോകനം ചെയ്തവരിലൊരാൾ എഴുതി. "അയാളുടെ മനസ്സിലിരിപ്പ് എല്ലാവർക്കും വ്യക്തമാണ്."

വീണ്ടും ചോദ്യം ചെയ്തപ്പോൾ ഗലീലിയോ വാദിക്കുന്നത് നിർത്തി; ക്ഷമ ചോദിയ്ക്കാൻ തുടങ്ങി. നേരിടേണ്ടി വരുന്ന അത്യാപത്ത് അദ്ദേഹത്തിന് നല്ലവണ്ണം ബോദ്ധ്യമായിരുന്നു. തന്റെ വീക്ഷണവും നിർദ്ദോഷാവസ്ഥയും സഭയെ പറഞ്ഞു മനസ്സിലാക്കാൻ അദ്ദേഹം കിണഞ്ഞു പരിശ്രമിച്ചതാണ്. പക്ഷേ, എന്തു പ്രയോജനം? അദ്ദേഹത്തിന് പ്രായാധിക്യമായിരുന്നു; രോഗമുണ്ടായിരുന്നു; ഭയവും. അദ്ദേഹം കുറ്റം സമ്മതിച്ചു - പുസ്തകം ഒരു കടന്നകൈ ആയിപ്പോയി; കരുതിക്കൂട്ടിയല്ല. എങ്കിലും, ചില ആശയങ്ങൾ കോപ്പർനിക്കസ്സിനെ വല്ലാതെ അനുകൂലിക്കുന്നതായിപ്പോയി.

രണ്ടാം വിചാരണയുടെ മൂന്നാം ദിവസം കോടതി വിധി പ്രഖ്യാപിച്ചു: ഗലീലിയോ കുറ്റവാളിയാണ്! മതനിന്ദക്ക് കിട്ടാവുന്ന ശിക്ഷകളെല്ലാം ഗലീലിയോ സ്വയം വാങ്ങിക്കൂട്ടിയിരിക്കുകയാണ്. ദണ്ഡനവും മരണവും വരെ ശിക്ഷകളിൽ പെടും. ഗലീലിയോവിന് അവയൊക്കെ ഒഴിവാക്കാൻ ഒരു വഴിയുണ്ട്: കോപ്പർനിക്കസ്സ് തെറ്റാണെന്ന് ഗലീലിയോ പ്രഖ്യാപിക്കണം. എങ്കിൽ, എങ്കിൽ മാത്രം, കടുത്ത ശിക്ഷയിൽനിന്ന് അദ്ദേഹത്തെ ഒഴിവാക്കാം.

ഗലീലിയോ തകർന്നു പോയി. സഭയെ വെല്ലുവിളിക്കാൻ അദ്ദേഹത്തിന് ആഗ്രഹമുണ്ടായിരുന്നില്ല; പീഡനമേറ്റു വാങ്ങാനും. 1633-ജൂൺ 22-ന് ഗലീലിയോ നാലാമതൊരു തവണ കൂടി കോടതിയിൽ ഹാജരായി. ഇത്തവണ അവസാനത്തെ തവണയായിരുന്നു.

നീണ്ട ഒരു വെളുത്ത ളോഹ ധരിച്ചാണ് അദ്ദേഹമെത്തിയത് - ചെയ്തുപോയ പാപത്തിന് പ്രായശ്ചിത്തം ചെയ്യുന്നുവെന്നതിന്റെ സൂചനയാണ് വെളുത്ത ളോഹ. ഗലീലിയോ കോടതിയിൽ മുട്ടുകുത്തി; കോടതി തയ്യാറാക്കിക്കൊടുത്ത പ്രസ്താവന ഉറക്കെ വായിച്ചു:

"കാലം ചെന്ന വിൻചെൻസൊ ഗലീലിയുടെ മകനായ ഗലീലിയോ എന്ന എഴുപത്തിയഞ്ചു വയസ്സുള്ള ഞാൻ, ലോകത്തിന്റെ കേന്ദ്രം സൂര്യനാണെന്നും, സൂര്യൻ നിശ്ചലമാണെന്നും, ഭൂമി കേന്ദ്രമല്ലെന്നും ചഞ്ചലമാണെന്നുമുള്ള കപടവാദം പൂർണ്ണമായും തള്ളിപ്പറയുന്നു..."

കോടതി, എന്നിട്ടും, ഗലീലിയോവിനെ വെറുതേ വിട്ടില്ല. അവർ അദ്ദേഹത്തെ ശിക്ഷിക്കുക തന്നെ ചെയ്തു. ഭാവിയിൽ ഗലീലിയോ ജാഗ്രത പുലർത്താനും, മറ്റുള്ളവർക്ക് പാഠമായിരിക്കാനും വേണ്ടിയാണ് ശിക്ഷയെന്നാണ് കോടതി വാദിച്ചത്. ഗലീലിയോവിന്റെ പ്രസ്താവന സർവ്വ സർവ്വകലാശാലകളിലും പ്രദർശിപ്പിക്കാൻ ഉത്തരവായി. അദ്ദേഹത്തിന്റെ പുസ്തകം, 'സംവാദം', നിരോധിക്കപ്പെട്ടു. പുസ്തകത്തിന്റെ പുറത്തുവന്ന പ്രതികളെല്ലാം അഗ്നിക്കിരയായി. ഭാവിയിൽ ഗലീലിയോ ഒരൊറ്റ പുസ്തകംപോലും എഴുതിപ്പോകരുതെന്ന കൽപ്പനയും വന്നു. അതിനൊക്കെപ്പുറമേ, കൂടുതൽ കടുത്ത ശിക്ഷ കൂടി വിധിക്കപ്പെട്ടു: ശിഷ്ട ജീവിതം മുഴുവൻ ഗലീലിയോ വീട്ടു തടങ്കലിലായിരിക്കും.

ജീവിതകാലം മുഴുവൻ ഗലീലിയോവിന് ഉന്നതരായ കത്തോലിക്കക്കാരുമായി നല്ല ബന്ധമുണ്ടായിരുന്നു -ബിഷപ്പുമാർ, ആർച്ചുബിഷപ്പുമാർ, കർദ്ദിനാളുമാർ. ഇവരിൽ പലരും പേരുകേട്ട ശാസ്ത്രജ്ഞന്മാരുമായിരുന്നു. ഗലീലിയോവിന്റെ വിചാരണവേളയിൽ ഇൻക്വിസിഷനിലെ മൂന്നു ജഡ്ജിമാർ വിധിയോട് പ്രതികൂലനിലപാട് പുലർത്തിയിരുന്നു. അവർ വിധിയിൽ ഒപ്പുവെക്കാൻ കൂട്ടാക്കിയില്ല. പക്ഷേ, അതുകൊണ്ടൊന്നും ശിക്ഷയിൽ മാറ്റമുണ്ടായില്ല; ഇളവുപോലുമുണ്ടായില്ല.

ജ്യോതിസ്സിൽ നിന്ന് തമസ്സിലേക്ക്

താൻ കണ്ടറിഞ്ഞ നേര് നുണയാണെന്ന് പറയേണ്ടി വരുന്ന ഒരു ശാസ്ത്രകാരന്റെ അവസ്ഥ ഒന്നാലോചിച്ചു നോക്കു. അതു സമ്മാനിക്കുന്ന വേദനയൊരു ഭാഗത്ത്. കൂടുതൽ വേദന വരാനിരിക്കുന്നുണ്ടായിരുന്നു. 1634-ഏപ്രിൽ രണ്ടിന് ഗലീലിയോവിന്റെ പ്രിയപ്പെട്ട മകൾ മാരിയാ സെലെസ്റ്റെ മരിച്ചുപോയി. രോഗമായിരുന്നു ഹേതു. മരിക്കുമ്പോൾ അവർക്കു പ്രായം വെറും മുപ്പത്തിമൂന്ന്. ഗലീലിയോ ഉണ്ണാതായി, ഉറങ്ങാതായി - ആഴ്ചകളോളം.

"എന്റെ മകൾ എന്നെ എപ്പോഴും വിളിക്കുന്നതായി എനിക്കു തോന്നും," അദ്ദേഹം പറഞ്ഞു. " അവൾ മനോഹരമായ മനസ്സിനുടമയായിരുന്നു; പ്രത്യേകമായും നന്മയുള്ളവൾ; എന്നോട് അങ്ങേയറ്റം ആർദ്രതയുണ്ടായിരുന്നവൾ.

ആർക്കെട്രിയിലെ സ്വന്തം വീട്ടിൽ ഗലീലിയോ തടവുകാരനായി. ജീവിതത്തിൽ ശേഷിച്ച എട്ടു വർഷങ്ങൾ അദ്ദേഹം വീട്ടുതടങ്കലിൽ കഴിച്ചുകൂട്ടി. സമൂഹമദ്ധ്യത്തിൽ സജീവമായിരുന്ന ഒരാൾക്ക് ഇങ്ങനെ കഴിയേണ്ടി വരുന്നത് എത്ര ദാരുണമാണ്! പഴയ ജീവിതം തിരിച്ചുകിട്ടാൻ അദ്ദേഹം ഉൽക്കടമായ് ആഗ്രഹിച്ചു. കത്തുകളെഴുതുമ്പോൾ അവയ്ക്കു താഴെ "സ്വന്തം തടവറയിൽനിന്ന്"

വീട്ടുതടങ്കലിൽ

എന്നെഴുതിയാണ് അദ്ദേഹം ഒപ്പിട്ടത്. "ജീവിതത്തിന്റെ താളുകളിൽനിന്ന് ചീന്തിയെറിയപ്പെട്ടിരിക്കുന്നു"വെന്ന് തനിക്കനുഭവപ്പെടുന്നുവെന്നാണ് അദ്ദേഹം എല്ലാവരോടും പറഞ്ഞത്.

എങ്കിലും, വീട്ടിലേക്ക് അതിഥികൾ എത്തിക്കൊണ്ടേയിരുന്നു. അവരിൽ പലരും അവിടെ താമസിക്കുകൂടി ചെയ്തു. താമസിക്കാൻ വന്നവരുടെ കൂട്ടത്തിൽ ഗലീലിയോവിന്റെ മകനുമുണ്ടായിരുന്നു. ഗവേഷണത്തിൽ അദ്ദേഹത്തെ സഹായിക്കാനാണ് മകൻ വന്നു താമസിച്ചത്. ഒരു തവണ അദ്ദേഹത്തിന്റെ നാത്തൂനും താമസിക്കാനെത്തി; ഒപ്പം, അവരുടെ നാലു കുട്ടികളും. ചിലപ്പോഴൊക്കെ വിദേശത്തു നിന്നുള്ള അതിഥികളുമെത്തി. അങ്ങനെ എത്തിയവരിലൊരാളായിരുന്നു ഇംഗ്ലണ്ടിലെ മഹാകവി ജോൺ മിൽട്ടൺ.

ഗലീലിയോവിന്റെ ഉത്സാഹത്തെ തിരികെ കൊണ്ടുവന്നത് ഗവേഷണമാണ്. വർഷങ്ങൾക്ക് മുമ്പ് അദ്ദേഹം ചലനത്തെക്കുറിച്ച് പഠിച്ചിരുന്നല്ലോ. പക്ഷേ, അതു സംബന്ധിച്ച ഗവേഷണം പ്രസിദ്ധീകരിക്കാൻ അദ്ദേഹത്തിന് അവസരം കിട്ടിയിരുന്നില്ല.

ജോൺ മിൽട്ടൺ

പഴയ ആ പരീക്ഷണങ്ങളിലേക്ക് അദ്ദേഹം വീണ്ടും തിരിഞ്ഞു; അവ പുതിയ കണ്ടുപിടുത്തങ്ങളിലേക്ക് അദ്ദേഹത്തെ നയിച്ചു. പഴയ പെൻഡുലം പഠനം അദ്ദേഹത്തെ മെച്ചപ്പെട്ടൊരു ഘടികാരം (ക്ലോക്ക്) നിർമ്മിക്കാൻ സഹായിച്ചു. അന്നേവരെ ഉണ്ടായിരുന്ന ക്ലോക്കുകൾ ദിവസമവസാനിക്കാറാകുമ്പോൾ അരമണിക്കൂറോളം പിറകിലാകുമായിരുന്നു.

ഗലീലിയോവിന്റെ അവസാനത്തെ പുസ്തകം ചലനത്തെയും ദ്രവ്യത്തെയും കുറിച്ചുള്ളതായിരുന്നു. ഇറ്റലിയിൽ അതു പ്രസിദ്ധീകരിക്കാൻ പറ്റില്ലല്ലോ. പ്രസിദ്ധീകരണം കോടതി വിലക്കിയതാണല്ലോ. അതുകൊണ്ട് ഗലീലിയോവിന്റെ സുഹൃത്തുക്കൾ പുസ്തകം രഹസ്യമായ് ഹോളണ്ടിലേക്ക് കടത്തി. 1638-ൽ, പുസ്തകം അവിടെ പ്രസിദ്ധീകൃതമായി - രണ്ടു നവശാസ്ത്രങ്ങളെ സംബന്ധിച്ച വ്യവഹാരങ്ങൾ. പിന്നീടു വന്ന ശാസ്ത്രജ്ഞന്മാർക്ക് ഈ പുസ്തകം ഗവേഷണത്തിനുള്ള അടിത്തറയായി. അമ്പതുകൊല്ലത്തിനു

ഐസക് ന്യൂട്ടൺ

ശേഷം ഐസക് ന്യൂട്ടന് ഗുരുത്വാകർഷണം (gravity) കണ്ടുപിടിക്കാൻ പ്രേരണ നൽകിയത് ഈ പുസ്തകമാണ്.

പ്രായമേറെയായപ്പോൾ ഗലീലിയോവിന് കണ്ണുകാണാതെയായി. ഒരിക്കൽ ദൂരദർശിനിയിലൂടെ ആകാശത്തിലെ ദീപങ്ങൾക്ക് സാക്ഷിയായിരുന്ന ആ കണ്ണുകളിൽ വെളിച്ചമെത്താതെയായി. അദ്ദേഹം വെളിച്ചത്തിൽനിന്ന് ഇരുട്ടിലേക്ക് പോയി. എങ്കിലും, അദ്ദേഹം ഗവേഷണത്തിന് വിരാമമിട്ടില്ല. മകനും മറ്റു വിദ്യാർത്ഥികൾക്കും അദ്ദേഹം പറഞ്ഞുകൊടുത്തെഴുതിച്ചു.

1642, ജനുവരി എട്ട്. ഗലീലിയോ ദിവംഗതനായി. അദ്ദേഹം നക്ഷത്രങ്ങൾക്കിടയിലേക്ക് മറഞ്ഞുപോയി; അവരുടെ നിത്യ സുഹൃത്തായി. മരിക്കുമ്പോൾ അദ്ദേഹത്തിന് എഴുപത്തിയെട്ടു വയസ്സായിരുന്നു. ആധുനിക ശാസ്ത്രജ്ഞനായ ആൽബർട്ട് ഐൻസ്റ്റൈൻ പറയുകയുണ്ടായി:

"ആധുനിക ഭൗതിക ശാസ്ത്രത്തിന്റെ മാത്രമല്ല, ആധുനികശാസ്ത്രങ്ങളുടെയെല്ലാം പിതാവാണ് ഗലീലിയോ."

ആൽബർട്ട് ഐൻസ്റ്റൈൻ

നവോത്ഥാന മാനവന്റെ ഉത്തമ മാതൃകയാണ് ഗലീലിയോ - ബഹുമുഖ പ്രതിഭ; ഗണിതശാസ്ത്രജ്ഞൻ, തത്ത്വചിന്തകൻ, ആവിഷ്കർത്താവ്, ജ്യോതിർശാസ്ത്രത്തിൽ അഗ്രഗണ്യൻ, എഴുത്തുകാരൻ, കലാകാരൻ. 1700-കളോടെ, സൗരയൂഥത്തിന്റെ കേന്ദ്രം സൂര്യനാണെന്ന് പതുക്കെപ്പതുക്കെ അംഗീകൃതമായി. 1835- ആയതോടെ ഗലീലിയോവിന്റെ പുസ്തകങ്ങൾക്കു മേലുള്ള നിരോധനവും നീങ്ങി. കോപ്പർനിക്കസ്സിനെയും പള്ളി മാപ്പാക്കി. 1992-ൽ,പോപ്പ് ജോൺ പോൾ രണ്ടാമൻ ഗലീലിയോവിനോട് ചെയ്ത തെറ്റിൽ പശ്ചാത്തപിച്ചു. സഭയുടെ ഉദ്ദേശ്യം നല്ലതായിരുന്നെങ്കിലും, സഭയ്ക്ക് തെറ്റുപറ്റിപ്പോയെന്ന് പോപ്പ് കുമ്പസരിച്ചു. ജ്യോതിർശാസ്ത്രത്തെ മതവുമായ് കൂട്ടിക്കുഴച്ചത് അപരാധമായിപ്പോയി.

ചരിത്രം ഗലീലിയോവിനെ പ്രകീർത്തിച്ചതിന് കണക്കില്ല. അദ്ദേഹത്തോടുള്ള ഏറ്റവും വലിയ ആദരവ് കാട്ടിയത്, ഒരു പക്ഷേ, അമേരിക്കയിലെ ബഹിരാകാശപഠനത്തിനുള്ള സ്ഥാപനമായ നാസ (NASA - National Aeronautics and Space Administration)ആകണം. 1989-ൽ,നാസ

ഗലീലിയോ

ബഹിരാകാശത്തേക്ക് ഒരു വാഹനം വിക്ഷേപിച്ചു - വ്യാഴഗ്രഹത്തെ പഠിക്കാൻ. അവരാ വാഹനത്തിനിട്ട പേര് ഗലീലിയോ എന്നായിരുന്നു.

References:

Galileo: Paul Mason, 2001

Galileo for Kids: Richard Panchyk, 2005

Galileo: Astronomer and Physicist: Robin S Doak, 2005

Who Was Galileo? Patricia Brennan Demuth, 2015